ഏഴാങ്ങളമാരും കുഞ്ഞിപ്പെങ്ങളും

ezhangalamarum kunjippengalum

•

retold
b m zuhra

•

first edition
june 2009

•

second edition
february 2010

•

third edition
janaury 2017

•

typesetting & published
chintha publishers, thiruvananthapuram

•

printed
manipal technologies limited

•

cover
anil vega

വിതരണം

ദേശാഭിമാനി ബുക്ക് ഹൗസ്

H O തിരുവനന്തപുരം-695 035
Ph: 0471-2303026, 6063020
www.chinthapublishers.com
chinthapublishers@gmail.com

ബ്രാഞ്ചുകൾ

ഹെഡ്ഡാഫീസ് ബ്രാഞ്ച് കുന്നുകുഴി • സ്റ്റാച്യു തിരുവനന്തപുരം • കെ എസ് ആർ ടി സി ബസ് സ്റ്റേഷൻ ആലപ്പുഴ • കെ എസ് ആർ ടി സി ബസ് സ്റ്റേഷൻ എറണാകുളം • മച്ചിങ്ങൽ ലെയ്ൻ തൃശൂർ • ഐ ജി റോഡ് കോഴിക്കോട് • മാവൂർ റോഡ് കോഴിക്കോട് • എൻ ജി ഒ യൂണിയൻ ബിൽഡിങ് കണ്ണൂർ • സെൻട്രൽ ബസ് ടെർമിനൽ കോംപ്ലക്സ് താവക്കര കണ്ണൂർ

CR - 1563 / 4040
ISBN - 978-81-26204-20-6

ഏഴാങ്ങളമാരും കുഞ്ഞിപ്പെങ്ങളും

കുട്ടികളുടെ നാടോടിക്കഥകൾ

പുനരാഖ്യാനം

ബി എം സുഹറ

ചിന്ത പബ്ലിഷേഴ്സ്
തിരുവനന്തപുരം-695 035
വില : ₹ 90

ബി എം സുഹറ

തിക്കോടിയിൽ വൈദ്യേരകത്ത് മമ്മദുകുട്ടി ഹാജിയുടെയും ബടയക്കണ്ടി മാളിയേക്കൽ മറിയുമ്മയുടെയും മകളായി ജനിച്ചു. തിക്കോടി പ്രൈമറി സ്കൂൾ, കോഴിക്കോട് പ്രോവിഡൻസ് ഹൈസ്കൂൾ, പ്രോവിഡൻസ് കോളേജ് എന്നിവിടങ്ങളിൽ വിദ്യാഭ്യാസം. സാഹിത്യനിരൂപകനും കോഴിക്കോട് സർവകലാശാല മലയാളവിഭാഗം പ്രൊഫസറുമായ ഡോ. എം എം ബഷീറാണ് ഭർത്താവ്.

കിനാവ് എന്ന ആദ്യനോവലിന് 1992-ൽ യുവസാഹിത്യകാരിക്കുള്ള ലളിതാംബിക അന്തർജന പുരസ്കാരം ലഭിച്ചു.

കിനാവ്, ഇരുട്ട്, നിലാവ്, നിഴൽ, മൊഴി (നോവലുകൾ) *അമൃതപുരി, സൈനിന്റെ കല്യാണം, കൊട്ടാരത്തെരുവ്* (പരിഭാഷാ നോവലുകൾ) *കുട്ടികളുടെ അറബിക്കഥകൾ, മലമുകളിലെ അപ്പൂപ്പൻ, തങ്കമോതിരം, ചോയിച്ചി* (ചെറുകഥാ സമാഹാരം) എന്നിവ കൃതികൾ.

മക്കൾ: അജ്മൽ ബഷീർ, അനീസ് ബഷീർ

വിലാസം: മാളിയേക്കൽ
മലാപ്പറമ്പ് പി ഒ
കോഴിക്കോട് – 673 635

കഥകൾ

1

വേതാളവും മന്ത്രവാദിനിയും

ഇതൊരു നുണക്കഥ. രാജാവിന്റെ കഥ.

രാജാവിന് ഒരേയൊരു മകൾ. രാജാവ് ആകാശം മുട്ടുമെന്ന് തോന്നുന്ന അത്ര ഉയരമുള്ള ഒരു മാളിക പണിയിച്ചു. ആ മാളികയിൽ മകളെ പാർപ്പിച്ചു. നൂറ്റൊന്ന് പടികൾ കയറണം മാളികയിലെത്താൻ. ഉയർന്ന തൂണുകൾക്ക് മുകളിലാണ് മാളിക. വളഞ്ഞു പിരിഞ്ഞ ഗോവണിപ്പടി കയറാൻ എന്ത് വിഷമമാണെന്നോ! എങ്കിലും രാജാവ് എന്നും രാവിലെ മകളെ കാണാനെത്തും. അത്രയ്ക്കിഷ്ടമാണ് മകളെ. വന്ന ഉടൻ അദ്ദേഹം മകളുടെ തൂക്കം നോക്കും. മകൾ മെലിഞ്ഞോ, തടിച്ചോ, അദ്ദേഹത്തിനറിയണം.

ഗോപുരത്തിനടുത്തായി ഒരു പാവപ്പെട്ട തൊഴിലാളിയുടെ വീടുണ്ടായിരുന്നു. തൊഴിലാളിയും ഭാര്യയും പ്രളയത്തിൽ മരിച്ചപ്പോൾ അവരുടെ ഏകമകൻ അനാഥനായി.

അവൻ പെട്ടെന്നങ്ങ് വളരാൻ തുടങ്ങി. ദിവസം തോറുമെന്നോണമായിരുന്നു അവന്റെ വളർച്ച. കാണാൻ അതിസുന്ദരൻ.

രാജകുമാരിയും വളർന്നു. വളരുംതോറും അവരുടെ സൗന്ദര്യം ഏറി. ഗോപുരത്തിലെ ഏകാന്തവാസം അവളെ വല്ലാതെ മടുപ്പിച്ചു. മിണ്ടാനും പറയാനും ആളില്ല. നേരാനേരത്ത് ഭക്ഷണവുമായി എത്തുന്ന ഭൃത്യകൾ പോയിക്കഴിഞ്ഞാൽ രാജകുമാരി തനിച്ച് ഒറ്റയ്ക്കിരുന്നു മടുക്കുമ്പോൾ അവൾ ജനലരികിൽ ചെന്ന് പുറത്തേക്കു നോക്കി നിൽക്കും. അങ്ങനെയാണ് തൊഴിലാളിയുടെ മകനെ കണ്ടത്. അവനെ രാജകുമാരിക്ക് വല്ലാതെ ഇഷ്ടപ്പെട്ടു. കാണാനും പരിചയപ്പെടാനും മോഹം തോന്നി. പക്ഷേ, രാജാവിനെ പേടിച്ച് ആശ ഉള്ളിലൊതുക്കി.

പക്ഷേ, ഏറെക്കാലം സ്നേഹം ഉള്ളിലൊതുക്കാൻ രാജകുമാരിക്ക് കഴിഞ്ഞില്ല. ഒരിക്കൽ അവൾ രണ്ടുംകൽപ്പിച്ച് ഒരു കത്തെഴുതി താഴെ നിൽക്കുന്ന യുവാവിന് ഇട്ടുകൊടുത്തു.

യുവാവിനുണ്ടായ സന്തോഷത്തിന് അതിരില്ല. അവന് രാജകുമാരിയുടെ അടുത്തെത്താൻ കൊതിയായി. ഏറെ ആലോചിച്ചപ്പോൾ അവനൊരുപായം തോന്നി. ഒരു കയറിൽ കല്ലുകെട്ടി അവൻ ഗോപുരത്തിലേക്ക് എറിഞ്ഞു. രാജകുമാരി കയറിന്റെ അറ്റം ജനലഴിയിൽ കെട്ടി. മറ്റേ അറ്റം പിടിച്ചു യുവാവ് മുകളിലെത്തി. രാജകുമാരി ജനലഴി നീക്കി യുവാവിനെ അകത്തു കടത്തി. അവർ രണ്ടുപേരും അതിനകത്ത് കളിച്ചും രസിച്ചും കഴിഞ്ഞുകൂടി. രാജാവ് വരുന്ന സമയമാകുമ്പോൾ യുവാവ് കട്ടിലിനടിയിൽ ഒളിച്ചിരിക്കും. മകളുടെ തൂക്കം നോക്കാൻ രാജാവ് ഒരിക്കലും മറക്കാറില്ല. കാണെക്കാണെ മകളുടെ തൂക്കം കൂടുന്നു. മകൾ വല്ലാതെ തടിച്ചുകൊഴുത്തിരിക്കുന്നു. രാജാവിന് സംശയമായി.

അച്ഛന്റെ സംശയം മകൾ മണത്തറിഞ്ഞു. അവൾ യുവാവിനോട് പറഞ്ഞു: "ഇനി ഇവിടെ നിന്നാൽ രക്ഷയില്ല. നമുക്ക് എങ്ങോട്ടെങ്കിലും ഒളിച്ചോടാം."

അങ്ങനെ അവർ കയറുവഴി താഴെയിറങ്ങി നാടുവിട്ടു.

പിറ്റേദിവസം രാവിലെ പതിവുപോലെ രാജാവെത്തി. ഏഴ് താഴിട്ട് പൂട്ടിയ ഗോവണിമുറി തുറന്നു. നൂറ്റൊന്ന് പടിയും കയറി മുകളിലെത്തി. മാളികവാതിലിനും പൂട്ട് ഏഴാണ്. വാതിൽ തുറന്ന് അകത്തെത്തിയപ്പോൾ മകളില്ല. രാജാവ് കോപംകൊണ്ട് വിറച്ചു. അന്വേഷണത്തിന് ഉത്തരവിട്ടു. ഭടന്മാർ നാലുപാടും പാഞ്ഞു. രാജകുമാരി ചുമട്ടുകാരന്റെ ചെറ്റക്കുടിലിലുണ്ട്. ഭടന്മാർക്ക് വിവരം കിട്ടി.

രാജാവ് അവരെ രണ്ടുപേരെയും പിടിച്ചുകൊണ്ടുവരാനായി ഏഴ് പട്ടാളക്കാരെ അയച്ചു.

പട്ടാളക്കാർ ചെന്നപ്പോൾ യുവാവ് മുറ്റത്തുനിന്ന് കുളിക്കുകയായിരുന്നു. പട്ടാളക്കാർ അവനെ വളഞ്ഞു. അവൻ ഒറ്റച്ചാട്ടത്തിന് വീട്ടിനുള്ളിൽ കയറി തന്റെ വാളെടുത്ത് ആറുപേരെയും അരിഞ്ഞുവീഴ്ത്തി. ഏഴാമനോടു പറഞ്ഞു:

"ഇനി വരുന്നവർക്കും ഇതുതന്നെയാണ് ഗതിയെന്ന് നിന്റെ രാജാവിനോട് ചെന്നു പറ. അവളെന്റെ ഭാര്യയാണ്. ഞങ്ങൾ ഒന്നിച്ചുതന്നെ ജീവിക്കും."

വിവരമറിഞ്ഞ രാജാവ് അടിമുടി വിറച്ചു. അവനെ പിടിക്കാൻ വീണ്ടും പന്ത്രണ്ട് പട്ടാളക്കാരെ അയയ്ക്കാൻ ഉത്തരവായി.

പട്ടാളക്കാർ അവനെ വളഞ്ഞതും അവൻ വാളുവീശി. ഒറ്റവീശിന് പതിനൊന്നു പേരുടെയും തലകൾ അരിഞ്ഞു വീഴ്ത്തി. പന്ത്രണ്ടാമനോട് പറഞ്ഞു:

"ഇനി ആരേയും അയയ്ക്കരുതെന്ന് പറ."

രാജകുമാരിക്ക് വല്ലാത്ത പേടിതോന്നി. നാടു ഭരിക്കുന്ന രാജാവിനോട് എത്രകാലമെന്നു കണ്ട് ചെറുത്തുനിൽക്കാനാവും?

"ഇനി ഇവിടെ നിന്നാൽ ശരിയാവില്ല. അച്ഛൻ നമ്മെ വെറുതെ വിടില്ല. നമുക്കുടനെ ഇവിടന്ന് രക്ഷപ്പെടാം."

അയാൾ സമ്മതിച്ചു. സാധനങ്ങൾ കെട്ടിപ്പെറുക്കി അവർ യാത്ര തിരിച്ചു.

യുവാവ് വില്ലെടുത്ത് കുലച്ചിട്ടു പറഞ്ഞു: "എന്റെ അമ്പ് എവിടെ ച്ചെന്ന് തറയ്ക്കുന്നുവോ അവിടെ നമുക്ക് വീടുണ്ടാക്കാം."

ഒമ്പത് മലകളും കടന്ന് അമ്പ് ഒമ്പത് വേതാളങ്ങളുടെ മുറ്റത്തെത്തി. ഒമ്പതുപേരും സഹോദരന്മാരാണ്. തങ്ങളുടെ മുറ്റത്ത് വന്നു തറച്ച അമ്പു കണ്ട് അവർക്ക് കലികയറി. അമ്പ് പറിച്ചെറിയാൻ ഒമ്പതുപേരും ഓരോരുത്തരായി ശ്രമിച്ചു. ഒമ്പതുപേരും ചേർന്ന് പിടിച്ചുനോക്കി. അമ്പിന് ഇളക്കമില്ല. അപ്പോഴേക്കും യുവാവും രാജകുമാരിയും അവിടെ എത്തി. വേതാളങ്ങൾക്ക് സന്തോഷമായി.

"ആഹാ, ഇന്നത്തെ അത്താഴം കുശാലായി."

അവർ ആക്രോശിച്ചു.

യുവാവ് തറയിൽ തറച്ച അമ്പ് ഊരിയെടുത്തിട്ട് വേതാളങ്ങളെ താണുവണങ്ങി. ഞങ്ങൾ ഒമ്പതുപേർ ഒത്തുപിടിച്ചിട്ടും അനങ്ങാതിരുന്ന അമ്പ് ദേ ഈ ഞാഞ്ഞൂൽ പോലുള്ളവൻ ഇടതുകൈകൊണ്ട് അനായാസം വലിച്ച് ഊരിയിരിക്കുന്നു. വേതാളങ്ങൾ തെല്ലൊന്ന് അമ്പരന്നു. ഏതായാലും ആള് മോശക്കാരനല്ല. എന്നാലും ശക്തി ഒന്നു പരീക്ഷിച്ചു നോക്കിക്കളയാം. അവർ കരുതി.

അവിടെ വലിയൊരു കുട്ടകമുണ്ട്, വേതാളങ്ങൾക്ക് ചോറുവെയ്ക്കുന്ന കുട്ടകം. ഒമ്പതുപേരും ഒത്തുപിടിച്ചാണ് എന്നും കുട്ടകം അടുപ്പത്ത് കയറ്റുന്നത്. "എടോ, ആ കുട്ടകമൊന്ന് താഴെ ഇറക്കിക്കേ."

കണ്ണുചിമ്മി തുറക്കുന്നതിനിടയ്ക്ക് യുവാവ് കുട്ടകം താഴെ ഇറക്കി വെച്ചു.

ഇവനെ തോൽപ്പിക്കാനാവില്ല. വേതാളങ്ങൾക്ക് മനസിലായി. അതുകൊണ്ട് അവർ അവനെ ചങ്ങാതിയാക്കി കൂടെ താമസിപ്പിച്ചു. പക്ഷേ, അധികം കഴിയുന്നതിനു മുമ്പ് അവർ അവനോട് അതുമിതും പറഞ്ഞ് വഴക്കുകൂടാൻ തുടങ്ങി. ഒരിക്കൽ വഴക്കുമൂത്ത് അടിപിടിയിലെത്തി. പൊരിഞ്ഞ യുദ്ധം നടന്നു. എട്ടു വേതാളങ്ങളും ചെറുപ്പക്കാരന്റെ വെട്ടേറ്റ് മരിച്ചു. ഒമ്പതാമൻ പ്രാണരക്ഷാർഥം ഒരു കുഴിയിലിറങ്ങി ഒളിച്ചു.

വേതാളങ്ങളുടെ മാലും മുതലും യുവാവ് സ്വന്തമാക്കി. യുവാവും ഭാര്യയും സുഖമായി കഴിഞ്ഞു.

വീട്ടിൽ വെറുതെയിരുന്ന് മടുത്തപ്പോൾ യുവാവ് നായാട്ടിന് പുറപ്പെട്ടു. പോകുമ്പോൾ പറഞ്ഞു: "പരിചയമില്ലാത്തവർ വന്നു വിളിച്ചാൽ വാതിൽ തുറക്കരുത്. ഞാൻ വന്നാൽ വാതിൽ മൂന്നുതവണ മുട്ടും. അപ്പോൾ വാതിൽ തുറന്നാൽമതി."

ഇത് കുഴിയിൽ ഒളിച്ചിരുന്ന വേതാളം കേട്ടു. വേതാളം പതുങ്ങി വന്ന് വാതിലിൽ മൂന്നുവട്ടം മുട്ടി. നായാട്ടിനുപോയ ഭർത്താവ് തിരിച്ചു

വരാൻ നേരമായിട്ടില്ല. അവൾ വാതിൽ തുറന്നില്ല. "എനിക്ക് നിന്നെ എന്തിഷ്ടമാണെന്നോ. എത്രനാളായി നിന്നെ ഒന്ന് ഒറ്റയ്ക്കു കിട്ടാൻ ഞാൻ കൊതിക്കുന്നു. വാതില് തുറക്കുന്നില്ലെങ്കിൽ വേണ്ട. നിന്റെ സുന്ദരമായ വിരലുകളൊന്ന് പുറത്തിട്ടേ. ഞാനൊരു മുത്തം തന്നിട്ട് പൊയ്ക്കോളാം," വേതാളം കെഞ്ചി.

ആ വാക്കു കേട്ട് അവൾ മയങ്ങി. വാതിലിന്റെ വിടവിൽക്കൂടി കൈ പുറത്തേക്കിട്ടതും വേതാളം വിരലിൽ കടിച്ചു. അവൾ വേദനകൊണ്ടു പുളഞ്ഞു. "വേഗം വാതില് തുറക്ക്. അല്ലെങ്കിൽ നിന്റെ വിരൽ ഞാൻ കടിച്ചുമുറിക്കും."

വേദന സഹിക്കാൻ കഴിയാതെ അവൾ വാതിൽ തുറന്നു. വേതാളം അകത്തെത്തി.

വൈകുന്നേരം ഭർത്താവ് വന്ന് വാതിലിനു മുട്ടി. അവൾ വാതിൽ തുറന്ന നേരം കൊണ്ട് വേതാളം കട്ടിലിനുള്ളിൽ ഒളിച്ചു.

പിറ്റേദിവസം രാവിലെ ഭർത്താവ് വീണ്ടും നായാട്ടിന് പുറപ്പെട്ടു.

"നമുക്കവനെ കൊല്ലണം," വേതാളം രാജകുമാരിയോടു പറഞ്ഞു.

"അദ്ദേഹം ശക്തനാണ്. അദ്ദേഹം നിങ്ങളെ കൊല്ലും."

ഏറെ നേരത്തെ ആലോചനയ്ക്കുശേഷം വേതാളം പറഞ്ഞു:

"ഞാനൊരു സൂത്രം പറഞ്ഞുതരാം. അതുപോലെ നീ ചെയ്യണം. അവൻ വരുന്ന നേരം നോക്കി നീ കട്ടിലിൽ കിടന്ന് ഞരങ്ങുകയും മൂളുകയും ചെയ്യണം. രോഗം അഭിനയിക്കണം. അപ്പോൾ അവൻ കാര്യമന്വേഷിക്കും. നിന്റെ രോഗം മാറാൻ വേണ്ടി എന്തുചെയ്യാനും അവൻ സന്നദ്ധനാകും. കാട്ടിലെ ഓക്കുമരത്തിന്റെ ചുവട്ടിൽ ഒരു കരടി താമസിക്കുന്നുണ്ടെന്നും അതിന്റെ കരള് തിന്നാലേ നിന്റെ വേദന മാറൂ എന്നും പറയണം. അവൻ ഉടനെ കരടിയെ കൊല്ലാൻ പുറപ്പെടും. കരടി തീർച്ചയായും അവന്റെ കഥകഴിക്കുകയും ചെയ്യും."

നായാട്ടു കഴിഞ്ഞുവന്ന യുവാവ് കട്ടിലിൽ കിടന്ന് പുളയുന്ന രാജകുമാരിയോട് കാര്യം തിരക്കി.

"എന്തുപറ്റി നിനക്ക്?"

"ഒട്ടും വയ്യ. ദേഹം മുഴുവൻ വേദന, ക്ഷീണം. കാട്ടിൽ ഓക്കുമരത്തിന്റെ ചുവട്ടിൽ ഒരു കരടിക്കൂറ്റനുണ്ട്. അതിന്റെ കരള് തിന്നാലേ എന്റെ വേദന മാറൂ."

യുവാവ് ഉടനെ പുറപ്പെട്ടു. കാട്ടിലെത്തിയതും ഓക്കുമരത്തിൽ പറ്റിപ്പിടിച്ചു കയറി ഒളിച്ചിരുന്നു. കരടി വന്നപ്പോൾ മനുഷ്യമണം. ചുറ്റുംനോക്കി. ആരേയും കാണുന്നില്ല. മുകളിലേക്ക് നോക്കിയപ്പോൾ മരത്തിന്റെ ചില്ലകൾക്കിടയിൽ അതാ ഒളിഞ്ഞിരിക്കുന്നു ഒരു മനുഷ്യൻ.

കരടിക്ക് കോപം അടക്കാനായില്ല. അവൻ മരംപിടിച്ചു കുലുക്കി വേരോടെ പിഴുതെറിയാൻ ഒരു ശ്രമം നടത്തി. മരം തള്ളിയിടാൻ നോക്കിയപ്പോൾ തല മണ്ണിൽ പുതഞ്ഞുപോയി. തല ഊരാൻ കഴിയാതെ വിഷമിക്കുന്ന കരടിയെ കണ്ട് യുവാവ് താഴെയിറങ്ങി. എത്ര ശ്രമിച്ചിട്ടും ചെളി

യിൽ പുതഞ്ഞ തല ഊരിയെടുക്കാൻ കരടിക്ക് ആയില്ല. ഈ തക്കം നോക്കി യുവാവ് കരടിയുടെ തല വെട്ടി. അതിന്റെ മാറ് കീറി കരള് പുറത്തെടുത്ത് വീട്ടിലേക്ക് പുറപ്പെട്ടു.

വീട്ടിലെത്തിയപ്പോൾ എന്താ കഥ! വേതാളവും രാജകുമാരിയും കൂടി യുവാവിന്റെ മരണം ആഘോഷിക്കുകയായിരുന്നു. പാവം യുവാവ് അത് അറിഞ്ഞില്ല.

വാതിലിൽ മുട്ടുന്നതു കേട്ട് വേതാളം പതിവുപോലെ ഒളിച്ചു. രാജകുമാരി പതിവുപോലെ വന്ന് വാതിൽ തുറന്നു.

യുവാവ് അടുക്കളയിൽ ചെന്ന് കരള് വേവിച്ച് രാജകുമാരിക്ക് കൊടുത്തു. കരള് തിന്ന രാജകുമാരി അസുഖം മാറിയതായി നടിച്ചു.

പിറ്റേദിവസം രാവിലെ യുവാവ് വീണ്ടും നായാട്ടിന് പുറപ്പെട്ടു.

വൈകുന്നേരം യുവാവ് വരുന്ന നേരം നോക്കി വീണ്ടും അസുഖം അഭിനയിച്ചു കിടക്കാൻ വേതാളം ഉപദേശിച്ചു.

"ഇപ്രാവശ്യം കാട്ടുമാനിന്റെ കരള് വേണമെന്നു പറയണം."

യുവാവ് തിരിച്ചുവന്നപ്പോൾ രാജകുമാരി ഞരങ്ങിയും മൂളിയും കിടക്കുന്നു.

"ഉം എന്തുപറ്റി?" അയാൾ ചോദിച്ചു.

"എനിക്ക് കാട്ടുമാനിന്റെ കരള് തിന്നണം. അല്ലെങ്കിൽ ഞാൻ ചത്തുപോകും."

യുവാവ് കാട്ടുമാനിനെ തേടിപുറപ്പെട്ടു. നടന്നുനടന്ന് ഒരു മലയടിവാരത്തെത്തി. അവിടത്തെ പുൽത്തകിടിയിൽ പതിനൊന്നുപേർ പുല്ലു വെട്ടുന്നു. അവർ ജോലിയിൽ മുഴുകിയതു കാരണം തല ഉയർത്തുന്നതേയില്ല.

"നമസ്കാരം സുഹൃത്തുക്കളേ," യുവാവ് വിളിച്ചു.

ആർക്കും അനക്കമില്ല. അവൻ വീണ്ടും നമസ്കാരം പറഞ്ഞു. അപ്പോൾ അവരിൽ ഒരാൾ പറഞ്ഞു "സംസാരിച്ചു നിൽക്കാൻ നേരമില്ല. കാലത്തും വൈകിട്ടും ഈ മലയോളം പൊക്കത്തിൽ മൂന്നു കൂന പുല്ലരിഞ്ഞു വെയ്ക്കണം. അല്ലെങ്കിൽ കാട്ടുമാൻ ഞങ്ങളെ കൊന്ന് സാപ്പിടും."

മാൻ ഏതുവഴിക്കാണ് വരിക, കണ്ടാലെങ്ങനെ ഇരിക്കും തുടങ്ങിയവയൊക്കെ അയാൾ അവരിൽ നിന്ന് ചോദിച്ചു മനസിലാക്കി. ഒരാളുടെ അരിവാൾ വാങ്ങി അവൻ ക്ഷണത്തിൽ മലയോളം പൊക്കത്തിൽ മൂന്നു കൂന പുല്ലരിഞ്ഞു കൂട്ടി. മൂന്നാമത്തെ കൂനയിൽ അവൻ ഒളിച്ചിരുന്നു.

ഭീകരനായ കലമാൻ എത്തി. മാനത്തോളം മുട്ടുന്ന കൊമ്പ് കണ്ടാൽ പേടിയാകും. മാൻ പുല്ല് തിന്നാൻ തുടങ്ങി. പുല്ലു തിന്നുന്നതിൽ മാത്രമായിരുന്നു മാനിന്റെ ശ്രദ്ധ. ഈ തക്കം നോക്കി യുവാവ് അമ്പെയ്ത് മാനിനെ കൊന്നു. അതിന്റെ മാറ് പിളർന്ന് കരളുമായി യാത്രയായി.

ഇപ്രാവശ്യം യുവാവ് മരിച്ചതുതന്നെ. വേതാളം ഉറപ്പിച്ചു. അവൻ രാജകുമാരിയോടൊത്ത് കളിതമാശ പറഞ്ഞുകൊണ്ടിരിക്കുമ്പോഴാണ് വാതിൽക്കൽ മുട്ടു കേട്ടത്. പേടിത്തൊണ്ടൻ ഉടൻ കട്ടിലിനടിയിൽ ഒളിച്ചു.

യുവാവ് കരള് വേവിച്ച് രാജകുമാരിക്ക് കൊടുത്തു.

പിറ്റേന്നും അയാൾ നായാട്ടിന് പുറപ്പെട്ടു. വേതാളത്തിന്റെ ഉപദേശ മനുസരിച്ച് രാജകുമാരി അന്നും അസുഖമഭിനയിച്ച് കിടന്നു. ഇപ്രാവശ്യം അവൾക്ക് ആകാശമരത്തിന്റെ പൂവ് വേണം. അത് എവിടെ കിട്ടുമെന്ന് അവൾക്ക് അറിയില്ലതാനും. ഇനി യുവാവ് ഒരിക്കലും മടങ്ങി വരരുത് — അതായിരുന്നു വേതാളത്തിന്റെ ഉദ്ദേശ്യം.

രാജകുമാരിയുടെ വേദന കണ്ടു സഹിക്കാൻ കഴിയാതെ യുവാവ് ആകാശമരത്തിന്റെ പൂവും തേടി പുറപ്പെട്ടു. നടന്നു വലഞ്ഞപ്പോൾ ഒരു കുതിരയെ കണ്ടുമുട്ടി. അതൊരു മാന്ത്രികക്കുതിരയായിരുന്നു. കുതിര പറഞ്ഞു: "എന്റെ സഹായമില്ലാതെ നിനക്ക് ആകാശമരത്തിന്റെ പൂവ് കിട്ടില്ല. എന്റെ പുറത്ത് കയറിയിരുന്നോളൂ."

എത്ര ദൂരം പോയെന്നറിയില്ല. അവർ കീഴ്ക്കാംതൂക്കായ ഒരു പാറക്കെട്ടിലെത്തിയപ്പോൾ കുതിര പറഞ്ഞു:

"എന്റെ വലതുവശത്തു മൂന്നുപ്രാവശ്യം അടിക്കണം. അടികൊണ്ട് എന്റെ തോല് പൊളിയണം."

യുവാവ് കുതിര പറഞ്ഞതുപോലെ ചെയ്തു. അപ്പോൾ കുതിര പാറക്കെട്ടു ചാടിക്കടന്നു. വീണ്ടും കുറേദൂരം ചെന്നപ്പോൾ എങ്ങും ആളിപ്പടരുന്ന തീ. അവർക്ക് മുന്നോട്ടുപോവാൻ നിവൃത്തിയില്ല. കുതിര പറഞ്ഞു:

"എന്റെ ഇടതുവശത്ത് ശക്തിയായി അടിക്കൂ. തോല് പൊളിയുന്നതുവരെ."

യുവാവ് അനുസരിച്ചു. ഉടൻ കുതിര തീയ്ക്ക് മുകളിൽക്കൂടി പറക്കാൻ തുടങ്ങി. അവർ മനോഹരമായ ഒരു പൂന്തോട്ടത്തിലെത്തി. അവിടെ ശുദ്ധജലം നിറഞ്ഞ ഒരു പൊയ്ക. പൊയ്കയിൽ നിറയെ നീലപ്പൂക്കൾ.

യുവാവ് കുതിരയെ മേയാൻ വിട്ടിട്ട് കുളത്തിലിറങ്ങി കുളിച്ചു. വയറു നിറയെ വെള്ളം കുടിച്ചിട്ട് ഉറങ്ങാൻ കിടന്നു.

അതിനടുത്തായി നാലു നിലയുള്ള ഒരു കൂറ്റൻ കൊട്ടാരമുണ്ട്. മന്ത്രവാദിനിയും ഏഴ് തുണക്കാരികളുമാണ് അവിടെ താമസം.

യുവാവ് പൂന്തോട്ടത്തിലെത്തിയ വിവരം മന്ത്രവാദിനി അറിഞ്ഞു. അതാരാണെന്ന് അറിഞ്ഞുവരാൻ അവൾ തുണക്കാരികളിൽ ഒരുവളെ അയച്ചു.

അതിസുന്ദരനായ ഒരു യുവാവ് കിടന്നുറങ്ങുന്നു. മന്ത്രവാദിനിയുടെ തുണക്കാരി അന്തംവിട്ട് നോക്കിനിന്നു. അവൾക്ക് അവിടെനിന്ന് അനങ്ങാൻ കഴിഞ്ഞില്ല. കുറേനേരമായിട്ടും അവളെ കാണാഞ്ഞപ്പോൾ മന്ത്രവാദിനി മറ്റൊരുത്തിയെ അയച്ചു. അവളും തിരിച്ചുവന്നില്ല. ഏഴുപേരും തിരിച്ചുവരാഞ്ഞപ്പോൾ മന്ത്രവാദിനി തന്നെ ചെന്നു. അവൾ തുണക്കാ

രികളെ തിരിച്ചയച്ചു. എന്നിട്ട് യുവാവിനെ വിളിച്ചുണർത്തി. മന്ത്രവാദി നിക്ക് യുവാവിന്റെ കഥകളെല്ലാം അറിയാമായിരുന്നു. അവൾ പറഞ്ഞു:

"നിന്റെ രാജകുമാരി വിശ്വാസവഞ്ചകിയാണ്. അവൾ വേതാളവുമായി പ്രേമത്തിലാണ്. ഇനി നീ അങ്ങോട്ട് തിരിച്ചുപോകേണ്ട."

യുവാവ് വിശ്വസിച്ചില്ല. അവൻ കൈയ് നിറയെ പൂക്കളുമായി കുതിരപ്പുറത്തു കയറി മടക്കയാത്ര ആരംഭിച്ചു.

വീട്ടിലെത്തി കതകിന് മുട്ടിയതും രാജകുമാരി വന്ന് വാതിൽ തുറന്നു. വേതാളം പതിവുപോലെ ഒളിച്ചു. നീലപ്പൂവിന്റെ നീര് പിഴിഞ്ഞ് കൊടുത്തപ്പോൾ രാജകുമാരിയുടെ അസുഖം മാറി.

യുവാവ് പിറ്റേന്നും നായാട്ടിനുപോയി. വേതാളത്തിന് ആധിയായി. അവൻ രാജകുമാരിയോട് പറഞ്ഞു:

"നീ അവന്റെ ശക്തിയുടെ രഹസ്യം കണ്ടുപിടിക്കണം. അല്ലാതെ അവനെ കൊല്ലാൻ മറ്റൊരു മാർഗവും ഞാൻ കാണുന്നില്ല."

യുവാവ് തിരിച്ചുവന്നപ്പോൾ രാജകുമാരി പതിവുസ്നേഹം കാണിച്ചു. യുവാവിന്റെ തല മടിയിലെടുത്തു വെച്ച് തലയിൽ വിരലോടിച്ചുകൊണ്ടു അവൾ ചോദിച്ചു:

"നിങ്ങളുടെ ശക്തിയുടെ രഹസ്യമറിയാൻ എനിക്ക് മോഹമുണ്ട്."

"എന്റെ വിരലുകളിലാണ് എന്റെ ശക്തി" യുവാവ് പറഞ്ഞു.

"എന്നാൽ കാണട്ടെ നിങ്ങളുടെ വിരലുകളുടെ ശക്തി."

അതുപറഞ്ഞ് അവൾ യുവാവിന്റെ കൈകൾ കെട്ടിയിട്ടു. യുവാവ് കൈ കുടഞ്ഞതും കെട്ടുകൾ താനെ അഴിഞ്ഞു.

"കള്ളം. ശരിക്കും പറ. എവിടെയാ നിങ്ങളുടെ ശക്തി."

"എന്റെ തോളിൽ" യുവാവ് പറഞ്ഞു.

"എങ്കിൽ ഈ കുട്ടകത്തിൽ കയറി ഇരിക്ക്. തോള്കൊണ്ട് ഈ കുട്ടകം പിളർക്കണം."

യുവാവ് വേതാളങ്ങൾക്ക് ചോറു വെയ്ക്കുന്ന വലിയ കുട്ടകത്തിൽ കയറിയിരുന്നു. രാജകുമാരി തളികകൊണ്ട് കുട്ടകമടച്ചു. ഉടനെ വേതാളമെത്തി. അവൻ കുട്ടകത്തിന്റെ അടപ്പ് ആണിയടിച്ച് ഉറപ്പിച്ചു. പിന്നീട് വേതാളം കുട്ടകവും തലയിലേറ്റി മലമുകളിലെത്തി. കീഴ്ക്കാംതൂക്കായ മല. അടിവാരം കാണാനേയില്ല. വേതാളം കുട്ടകം താഴേക്ക് ഉരുട്ടി. ഉരുണ്ടുരുണ്ട് മന്ത്രവാദിനിയുടെ പൂന്തോട്ടത്തിലെത്തി.

കൊട്ടാരമാളികയിലിരുന്ന മന്ത്രവാദിനി കുട്ടകം ഉരുണ്ടുവരുന്നതു കണ്ട് തുണക്കാരികളെ വിളിച്ചിട്ട് പറഞ്ഞു: "ദേ, മലയടിവാരത്തിൽക്കൂടി എന്തോ സാധനം ഉരുണ്ടുവരുന്നു. എന്താണെന്ന് നോക്കിയിട്ട് വാ." തുണക്കാരികൾ കുട്ടകം ഉരുട്ടി കൊട്ടാരത്തിലെത്തിച്ചു. കുട്ടകം തുറന്നപ്പോൾ എല്ലുനുറുങ്ങി ആകെ ചമ്മന്തിരൂപമായ യുവാവ്!

മന്ത്രവാദിനി യുവാവിനെ കഷണം കഷണമായി അരിഞ്ഞു. ഓരോ കഷണവും കുളത്തിൽ പ്രത്യേകമായി കഴുകിയെടുത്ത് ഒന്നിച്ചുചേർത്തു വെച്ച് മന്ത്രം ചൊല്ലി. യുവാവിന് ജീവൻ തിരിച്ചുകിട്ടി. അവൻ കണ്ണു

തുറന്നു. മന്ത്രവാദിനി സന്തോഷംകൊണ്ട് മതിമറന്നു. അവൾ യുവാവിനെ കെട്ടിപ്പിടിച്ച് ഉമ്മ വെച്ചു. യുവാവ് പറഞ്ഞു: "എന്നോട് ക്ഷമിക്കണം. നിങ്ങൾ പറഞ്ഞത് ഞാൻ വിശ്വസിച്ചില്ല. എന്റെ ഭാര്യ വഞ്ചകി തന്നെ. നിങ്ങളുടെ കാരുണ്യം കൊണ്ട് എനിക്ക് ജീവൻ തിരിച്ചുകിട്ടി. ഞാൻ അവിടെച്ചെന്ന് കണക്കുതീർത്തിട്ട് വരാം. എന്നിട്ട് നമുക്ക് വിവാഹം കഴിച്ച് ഒന്നിച്ചു താമസിക്കാം."

അവൻ വീട്ടിലെത്തി. വേതാളവും രാജകുമാരിയും തിന്നും കുടിച്ചും ആഘോഷിക്കുകയാണ്. യുവാവ് വേതാളത്തിനെ ഒറ്റയടിക്ക് തള്ളി താഴെയിട്ടു. കാലിൽ പിടിച്ച് നടുവെ പിളർത്തു. രാജകുമാരിയുടെ തലയും അരിഞ്ഞു.

അവൻ മന്ത്രവാദിനിയുടെ കൊട്ടാരത്തിലേക്ക് മടങ്ങി. വലിയ ആഘോഷത്തോടെ അവരുടെ വിവാഹം നടന്നു.

അവർ സുഖമായി ഏറെക്കാലം ജീവിച്ചു.

2

മഞ്ഞ ബുൾബുൾ

രാജാവിന് മൂന്നുമക്കൾ. മൂത്തവർ രണ്ടുപേരും അതിബുദ്ധിമാന്മാർ. ഇളയവനാകട്ടെ മണ്ടനും. അവന്റെ പേര് അലാവുദ്ദീൻ.

രാജാവിന് അതിമനോഹരമായ ഒരു പൂന്തോട്ടമുണ്ട്. ആ തോട്ടത്തിൽ ഒരു ആപ്പിൾ മരമുണ്ട്. അതിൽ വർഷത്തിൽ മൂന്ന് ആപ്പിൾ മാത്രമേ കായ്ക്കൂ.

ഒരിക്കൽ ഒരു പിച്ചക്കാരൻ തോട്ടത്തിലെത്തി. "ആ മരത്തിൽ നിന്ന് ഒരു ആപ്പിൾ എനിക്കു തരൂ."

അയാൾ തോട്ടക്കാരനോടു പറഞ്ഞു.

"നന്നായിപ്പോയി. അതിലെ ആപ്പിൾ രാജാവ് മാത്രമേ പറിക്കാറുള്ളൂ. മിണ്ടാതെ ഓടിപ്പൊയ്ക്കോ. രാജാവ് അറിഞ്ഞാൽ നിന്റെ പൊടി കാണില്ല."

ദേഷ്യം വന്ന പിച്ചക്കാരൻ ശപിച്ചു:

"ഈ തോട്ടം കരിഞ്ഞുണങ്ങട്ടെ." പച്ചപിടിച്ച പൂന്തോട്ടം പെട്ടെന്ന് ശ്മശാനം പോലെയായി.

"അയ്യോ, എന്റെ തലപോകുമല്ലോ! എന്താണിക്കാണിച്ചത്! ഇനി ഇവിടം ഒരിക്കലും തളിർക്കില്ലേ?"

തോട്ടക്കാരൻ തലതല്ലിക്കരഞ്ഞു.

"മഞ്ഞ ബുൾബുൾപക്ഷിയെ പിടിച്ചുകൊണ്ടുവരാത്ത കാലത്തോളം ഈ തോട്ടം ഇങ്ങനെ തന്നെ കിടക്കും."

അതും പറഞ്ഞു പിച്ചക്കാരൻ മറഞ്ഞു.

തോട്ടക്കാരൻ രാജാവിനെ മുഖം കാണിച്ചു. നടന്നതെല്ലാം പറഞ്ഞു. രാജാവിന് ആധിയായി. "ഇനി എന്തുചെയ്യും? മഞ്ഞ ബുൾബുൾ പക്ഷിയെ എവിടെച്ചെന്ന് അന്വേഷിക്കും? ആരുണ്ട് അതിന് കരുത്തുള്ള വൻ?"

"ഞാനുണ്ട്." മൂത്തമകൻ പറഞ്ഞു.

"വേണ്ടച്ഛാ, ഞാൻ പോകാം." രണ്ടാമത്തവൻ.

"രണ്ടാളും പുറപ്പെട്ടോളൂ. എനിക്ക് പക്ഷിയെ കിട്ടണം." നിരാശനായ രാജാവ് പറഞ്ഞു.

ഇളയവൻ അലാവുദ്ദീൻ അപ്പോൾ നടക്കാൻ പോയതായിരുന്നു. തിരിച്ചെത്തിയപ്പോൾ ചേട്ടന്മാരെ കാണുന്നില്ല.

"ചേട്ടന്മാരെവിടെ അമ്മേ?" അവൻ തിരക്കി.

"മരമണ്ടൻ ചെക്കൻ. ഒന്നിലും ഒരു ശ്രദ്ധയുമില്ല. രാജ്യത്ത് നടക്കുന്നതെന്തെങ്കിലും നീ അറിയുന്നുണ്ടോ? നമ്മുടെ പൂന്തോട്ടം ഉണങ്ങിപ്പോയി. നിന്റെ അച്ഛൻ ആകെ തളർന്നിരിക്കുന്നു. നിന്റെ ചേട്ടന്മാർ മഞ്ഞ ബുൾബുൾപക്ഷിയെ അന്വേഷിച്ചു പോയതാണ്."

അലാവുദ്ദീൻ ഒരക്ഷരം മിണ്ടാതെ കുതിരാലയത്തിലേക്ക് ഓടി.

"നല്ലൊരു കുതിരയെ കൊണ്ടുവാ" അലാവുദ്ദീൻ പറഞ്ഞു.

"അങ്ങുതന്നെ നല്ലതു നോക്കി തിരഞ്ഞെടുത്തോളൂ." കുതിരക്കാരൻ പറഞ്ഞു.

അലാവുദ്ദീൻ കുതിരകളെ പരിശോധിക്കാൻ തുടങ്ങി. പക്ഷേ, അലാവുദ്ദീൻ ഒന്നു തൊട്ടാൽ മതി, കുതിരകൾ ഭൂമിയിലേക്ക് താണുപോകും. അത്ര ശക്തമായിരുന്നു അവന്റെ കൈകൾ. ആകെ വിഷണ്ണനായ രാജകുമാരൻ ലായത്തിൽ നിന്നിറങ്ങി. അപ്പോഴാണ് ലായത്തിന് പുറത്തു നിൽക്കുന്ന ചാവാളിക്കുതിരയെ കണ്ടത്. ഒരു വൃത്തിയുമില്ലാത്ത കുതിര. നാറുന്നു. അലാവുദ്ദീൻ കുതിരയുടെ പുറത്തു തട്ടി. അതിന് കുലുക്കമില്ല.

"ഇതിനെ എന്നും മൂന്നുനേരം കുളിപ്പിക്ക്. തിന്നാൻ ഇടയ്ക്കിടെ ഉണക്കമുന്തിരി കൊടുക്ക്."

അലാവുദ്ദീൻ ലായക്കാരനോട് പറഞ്ഞു.

മൂന്നാം ദിവസം അവൻ കുതിരപ്പുറത്തു കയറി യാത്ര പുറപ്പെട്ടു. കുറേ ദൂരം ചെന്നപ്പോൾ അവൻ ജ്യേഷ്ഠന്മാരെ കണ്ടു.

അലാവുദ്ദീനെ കണ്ടതും ജ്യേഷ്ഠന്മാർക്ക് കലികയറി.

"എന്തിനാടാ പൊട്ടാ, ഞങ്ങളുടെ പിന്നാലെ പോന്നത്? ഞങ്ങളെക്കൂടി കുഴപ്പത്തിലാക്കണം അല്ലേ?" മൂത്ത ചേട്ടൻ തൊള്ളയിട്ടുകൊണ്ട് അനിയനെ ഇടിച്ചു.

രണ്ടാമൻ പറഞ്ഞു: "വെറുതെ തല്ലണ്ട. അവനും പോന്നോട്ടെ. നമ്മുടെ പണികളൊക്കെ ചെയ്യാൻ ഒരാളായല്ലോ."

മൂന്നുപേരും ഏറെദൂരം യാത്ര ചെയ്തു. വഴി മൂന്നായി പിരിയുന്ന ഒരു കവലയിലെത്തി. നാലുനിരത്തും കൂടിച്ചേരുന്നിടത്ത് ഒരു വൃദ്ധൻ ഇരിക്കുന്നു.

"അപ്പൂപ്പാ വന്ദനം" മൂന്നുപേരും ഒന്നിച്ചു പറഞ്ഞു.

"വന്ദനം രാജകുമാരന്മാരെ."

"ഈ വഴികൾ എവിടെച്ചെന്നാ അവസാനിക്കുന്നത്?"

"ഒരു വഴിയേ ചെന്നാൽ നഗരത്തിലെത്തും. മറ്റേ വഴിയെ ചെന്നാൽ ഗ്രാമത്തിൽ. മൂന്നാമത്തെ വഴി അവസാനിക്കുന്നിടത്ത് വരണ്ട മരുഭൂമിയാണ്."

"നിങ്ങൾ രണ്ടുപേരും നല്ല വഴിയേ പൊയ്ക്കോളൂ. ഞാൻ മൂന്നാമത്തെ വഴിയേ പോകാം" അലാവുദ്ദീൻ പറഞ്ഞു.

"ചെല്ലട്ടെ. ഇനി ഒരിക്കലും അവനെക്കൊണ്ടുള്ള ശല്യം ഉണ്ടാകില്ലല്ലോ." ഏട്ടന്മാർ സന്തോഷത്തോടെ സമ്മതിച്ചു.

അങ്ങനെ അവർ പുറപ്പെട്ടു.

മൂത്തവർ രണ്ടുപേരും വഴിയിൽ അനുഭവിക്കാത്ത ദുരിതങ്ങളില്ല. പട്ടിണികിടന്നു വലഞ്ഞപ്പോൾ അവർക്ക് കുതിരയെ വിൽക്കേണ്ടി വന്നു. അവസാനം വിലപിടിച്ച വസ്ത്രങ്ങളും വിറ്റു. എന്നിട്ടും പട്ടിണി. എന്തെങ്കിലും ജോലി ചെയ്യുക തന്നെ. രണ്ടുപേരും തീരുമാനിച്ചു.

അലാവുദ്ദീൻ ചെന്നെത്തിയതാകട്ടെ ആകെ ചുവന്നൊരു ദേശത്തായിരുന്നു. ചുവന്ന മരങ്ങൾ. ചുവന്ന മലകൾ. ചുവന്ന മണ്ണ്. എല്ലാം ചുവപ്പ് മയം. പെട്ടെന്ന് കുതിര മനുഷ്യസ്വരത്തിൽ സംസാരിക്കാൻ തുടങ്ങി.

"നമ്മൾ എവിടെയാണ് എത്തിയിരിക്കുന്നതെന്നറിയാമോ അലാവുദ്ദീൻ? ഇത് മൂന്നു തലയുള്ള ചുവന്ന ദേവന്റെ രാജ്യമാണ്."

വൈകുന്നേരമായപ്പോൾ അലാവുദ്ദീൻ ചുവന്ന ദേവന്റെ കൊട്ടാരത്തിലെത്തി.

കൊട്ടാരവാതിൽക്കൽ ഒരു സ്ത്രീ പാറാവ് നിൽക്കുന്നു. അവൾക്ക് അലാവുദ്ദീനെ കണ്ടപ്പോൾ പാവം തോന്നി.

"അയ്യോ, നീ ഇവിടെ നിൽക്കണ്ട. വാ നിന്നെ ഞാൻ ഒളിപ്പിക്കാം."

"വിഡ്ഢിത്തം പറയാതെ. പറ്റുമെങ്കിൽ എനിക്ക് തിന്നാൻ എന്തെങ്കിലും താ. വല്ലാതെ വിശക്കുന്നു" അലാവുദ്ദീൻ പറഞ്ഞു.

അവൾ അകത്തുചെന്ന് മൂന്ന് വലിയ തട്ടങ്ങൾ നിറയെ തീറ്റസാധനങ്ങളുമായി എത്തി. അത് അലാവുദ്ദീന് ഒന്ന് തൊട്ടുനക്കാനേ ഉണ്ടായിരുന്നുള്ളൂ.

"ഇതുകൊണ്ട് ഒന്നുമായില്ല. നീ എന്റെ വിശപ്പിനെ തൊട്ടുണർത്തി. ഒന്നുമൊട്ടു തന്നതുമില്ല. തിന്നാനെന്തെങ്കിലും താ." അവൻ പറഞ്ഞു.

"എങ്കിൽ അകത്തേക്കു ചെല്ലൂ. അവിടെ ദേവന് ഒരുക്കിവെച്ച ഭക്ഷണമുണ്ട്. ആവശ്യമുള്ളത് കഴിച്ചോളൂ."

പതിനെട്ട് സേർ അരിയുടെ ചോറും, രണ്ട് കാളയെ നിർത്തിപ്പൊരിച്ചതും ദേവനുവേണ്ടി ഒരുക്കിയിരുന്നു. അവൻ അതുമുഴുവൻ തിന്നു.

"മോനേ, നീ ജീവൻകൊണ്ട് പന്താടുകയാണ്. നീ വാ. ഞാൻ നിനക്ക് ഒളിക്കാൻ സ്ഥലം കാണിച്ചുതരാം." ദേവന്റെ ഭാര്യ വീണ്ടും പറഞ്ഞു.

"എനിക്ക് നിന്റെ ഭർത്താവിനെ തരിമ്പും പേടിയില്ല. അവനെത്തേടിയാണ് ഞാൻ എത്തിയിരിക്കുന്നത്."

അലാവുദ്ദീൻ പറഞ്ഞുതീർന്നില്ല. അപ്പോഴേക്കും വീടാകെ ആലില പോലെ വിറയ്ക്കാൻ തുടങ്ങി.

"ഈ വീടെന്താ ഒട്ടാകെ കുലുങ്ങുന്നത്?"

"അദ്ദേഹം വരികയാണ്."

വേട്ടയാടിക്കിട്ടിയ ചെന്നായ്ക്കളെയും മാനിനെയും മറ്റു മൃഗങ്ങളെയും മുറ്റത്തേക്കെറിഞ്ഞ് ദേവൻ അലാവുദ്ദീനോടായി പറഞ്ഞു:

"നമസ്കാരം അലാവുദ്ദീൻ. എപ്പോഴെത്തി?"

"എന്റെ പേരെങ്ങനെ മനസിലായി?"

"ഇവിടത്തെ കാടും പടലും മലയും കുന്നും ചെടികളും മരങ്ങളും നീ ജനിച്ച വിവരം അന്നുതന്നെ എന്നെ അറിയിച്ചിരുന്നു. നിനക്കല്ലാതെ മറ്റൊരുത്തനും ഇതിനകത്തു കയറാനുള്ള ധൈര്യമുണ്ടാകില്ലെന്ന് എനിക്ക് ഉറപ്പാണ്."

എന്നിട്ട് ഭാര്യയോട് ചോദിച്ചു:

"ആട്ടെ, നീ ഇവന് തിന്നാൻ വല്ലതും കൊടുത്തോ?"

"അങ്ങേക്കായി ഒരുക്കിവെച്ചത് മുഴുവൻ ഇവൻ കഴിച്ചു." അവൾ പറഞ്ഞു.

ഒന്നും മിണ്ടാതെ ദേവൻ മൃഗങ്ങളുടെ തൊലി ഉരിഞ്ഞ് വെട്ടി നുറുക്കി. അവൾ അത് കറിവെച്ചു. വീണ്ടും ഒരു വലിയ ചെമ്പ് നിറയെ ചോറും വെച്ചു. എല്ലാവരും ഭക്ഷണത്തിനിരുന്നു. എല്ലുപോലും ഒഴിവാക്കാതെ മാംസം ചവച്ചരയ്ക്കുന്ന അലാവുദ്ദീനെ ദേവൻ ശ്രദ്ധിക്കാതിരുന്നില്ല. ഭക്ഷണം കഴിഞ്ഞതും ദേവൻ ചോദിച്ചു:

"എന്താടോ യുദ്ധം തുടങ്ങാമോ? അതോ നേരം വെളുക്കുന്നതുവരെ കാത്തിരിക്കണോ?"

"നിങ്ങളുടെ ഇഷ്ടംപോലെ. ഞാൻ എപ്പോഴും തയാർ."

"ഏതായാലും നേരം വെളുക്കട്ടെ." ദേവൻ പറഞ്ഞു.

രണ്ടുപേരും പുലർച്ചെ എഴുന്നേറ്റ് തയാറായി.

അലാവുദ്ദീൻ പറഞ്ഞു: "തുടക്കം നിങ്ങളായിക്കോ."

"ശരി, തയാറായിക്കൊള്ളൂ."

അപ്പോൾ അലാവുദ്ദീന്റെ കുതിര സ്വകാര്യം പറഞ്ഞു:

"ദേവൻ ഗദ ഉയർത്തുമ്പോൾ നീ എന്നെ ചാട്ടകൊണ്ട് അടിക്കണം. അപ്പോൾ ഞാൻ ഉയരത്തിൽ ചാടും. ദേവന്റെ ഗദ നിന്റെ ശരീരത്തിൽ കൊള്ളുകയുമില്ല."

അലാവുദ്ദീൻ കുതിര പറഞ്ഞതുപോലെ ചെയ്തു. ദേവൻ മൂന്നു വട്ടം ഗദ വീശിയിട്ടും അലാവുദ്ദീനെ തൊടാൻ കഴിഞ്ഞില്ല.

"ഇനി എന്റെ ഊഴമാണ്." അലാവുദ്ദീൻ പറഞ്ഞു.

ഒരൊറ്റ വീശിന് ദേവന്റെ മൂന്നുതലയും അവൻ തകർത്തു. ശരീരം ചലനമറ്റ് താഴെ വീണു. ദേവന്റെ ചുണ്ടും മൂക്കും അറുത്തെടുത്ത് കെട്ടിപ്പൊതിഞ്ഞുകൊണ്ട് അവൻ ദേവന്റെ ഭാര്യയെ കാണാൻ ചെന്നു.

"നമസ്കാരം നാത്തൂനെ."

"ഞാൻ നിന്റെ നാത്തൂനല്ല. എനിക്ക് നിന്റെ ഭാര്യയാകണം."

"നീ എന്റെ മൂത്ത സഹോദരനെ വിവാഹം കഴിക്കണം. അദ്ദേഹം എന്നെക്കാൾ കേമനാണ്."

മൂന്നാംദിവസം അലാവുദ്ദീൻ മടക്കയാത്രയ്ക്ക് ഒരുങ്ങി.

"നീ എങ്ങോട്ടേക്കാ?" ദേവന്റെ വിധവ ചോദിച്ചു.

"എനിക്ക് മഞ്ഞ ബുൾബുൾപക്ഷിയെ പിടിക്കാൻ പോണം."

"അത് നീ വിചാരിക്കുന്ന അത്ര എളുപ്പമല്ല. ഞാൻ നിന്റെ കാലു പിടിക്കാം. ജീവൻ പണയം വെച്ചുള്ള കളി വേണ്ട."

"അയ്യോ, അതു പറ്റില്ല. പക്ഷിയെ കിട്ടിയേ മതിയാകൂ."

അലാവുദ്ദീൻ യാത്ര തുടർന്നു. കുറേ ചെന്നപ്പോൾ വെളുത്ത ഭൂമിയിലെത്തി. കുന്നും മലയും മരങ്ങളും മണ്ണും തൂവെള്ള.

"ഇതാണ് വെള്ള ദേവന്റെ രാജ്യം. നമുക്ക് ഇന്നു രാത്രി ഇവിടെ കഴിയാം. ഓർമിച്ചോ, വെള്ള ദേവന് തല എട്ടാണ്. കുതിര പറഞ്ഞു. "സാരമില്ല. തല എട്ടും ഞാൻ അരിയും.

വൈകുന്നേരമായപ്പോൾ അവർ വെള്ള ദേവന്റെ കൊട്ടാരത്തിലെത്തി. കൊട്ടാരവാതിൽ അടഞ്ഞുകിടക്കുന്നു. "ഹേയ് ഇവിടെ ആരുമില്ലേ?" അലാവുദ്ദീൻ ഉറക്കെ വിളിച്ചു.

ഒരു സ്ത്രീ വന്ന് വാതിൽ തുറന്നു. അവൾ അലാവുദ്ദീന് കുതിരലായം കാണിച്ചുകൊടുത്തു. അവൻ കുതിരയെ കെട്ടിയിട്ട് അകത്തേക്ക് ചെന്നിട്ട് പറഞ്ഞു:

"എനിക്ക് വല്ലാതെ വിശക്കുന്നു."

ദേവന്റെ ഭാര്യ നാലഞ്ച് തളികയിൽ കൊതിയൂറുന്ന വിഭവങ്ങൾ നിരത്തി. അലാവുദ്ദീൻ ശുണ്ഠിയെടുത്തു. "ഇത് സ്വാദു നോക്കാൻ ഇല്ലല്ലോ. വിശപ്പ് മാറ്റാൻ വല്ലതും തരൂ."

"എങ്കിൽ അകത്ത് ചെല്ല്. അവിടെ ദേവനുള്ള ഊണ് വിളമ്പിവെച്ചിട്ടുണ്ട്."

തറയിൽ കൂമ്പാരം കൂട്ടിയിരിക്കുന്ന ചോറും വലിയ ചെമ്പുകളിൽ നിറച്ചുവെച്ച ഇറച്ചിക്കറിയും ഇറച്ചി പൊരിച്ചതുമൊക്കെ കണ്ട് അലാവുദ്ദീന്റെ മുഖം തെളിഞ്ഞു. ഭക്ഷണം കഴിച്ച് തീരുംമുമ്പെ വീടാകെ കുലുങ്ങാൻ തുടങ്ങി.

"ദേ അദ്ദേഹം വരുന്നു. എവിടെയെങ്കിലും ചെന്ന് ഒളിച്ചിരുന്നോളൂ," ദേവന്റെ ഭാര്യ പറഞ്ഞു.

"പേടിക്കണ്ട. ദേവനെ നേരിട്ടൊന്ന് കാണാൻ വേണ്ടിത്തന്നെയാണ് ഞാൻ വന്നത്."

ദേവനെത്തി. ഇരുകൈകളിലും നിറയെ മൃഗങ്ങൾ. സിംഹം, ചെന്നായ, കരടി. എല്ലാറ്റിനേയും മുറ്റത്തിട്ടു തിരിഞ്ഞപ്പോഴാണ് അലാവുദ്ദീനെ കണ്ടത്.

"നമസ്കാരം അലാവുദ്ദീൻ." ദേവൻ പറഞ്ഞു.

"ഞാൻ അലാവുദ്ദീനാണെന്ന് നിങ്ങൾക്കെങ്ങനെ മനസിലായി?"

"നീ ജനിച്ച നിമിഷം തന്നെ ഇവിടത്തെ കുന്നും മലയും മരവും മണൽത്തരിയും നിന്റെ ജനനം എന്നെ അറിയിച്ചിരുന്നു. അലാവുദ്ദീനല്ലാതെ മറ്റൊരുത്തനും എന്റെ തോട്ടത്തിൽ കയറാൻ ധൈര്യമുണ്ടാവില്ലെന്ന് എനിക്കറിയാം."

"തിന്നാനെന്തെങ്കിലും...." അയാൾ ഭാര്യയോടു പറഞ്ഞു.

"ഊണൊരുക്കിയത് മുഴുവൻ ഇവൻ അകത്താക്കി" ഭാര്യ പറഞ്ഞു.

"സാരമില്ല. നമുക്കിനിയും ഭക്ഷണമൊരുക്കാം."

ദേവൻ മൃഗങ്ങളുടെ തൊലി ഉരിച്ചു കഷണങ്ങളാക്കിക്കൊടുത്തു. ഭാര്യ അത് കറിവെച്ചു. ചോറും തയാറാക്കി. രണ്ടുപേരും സുഖമായി ഭക്ഷണം കഴിച്ചു.

"യുദ്ധം തുടങ്ങാമോ?"

"നിങ്ങളുടെ ഇഷ്ടം. ഞാൻ തയാർ."

"വേണ്ട, രാവിലെയാവട്ടെ. ഇന്ന് നീ ഞങ്ങളുടെ അതിഥി. നിന്നെ സന്തോഷിപ്പിക്കേണ്ടത് ഞങ്ങളുടെ കടമയാണ്."

അതിരാവിലെ അലാവുദ്ദീൻ ദേവനെ വിളിച്ചുണർത്തി.

"ഞാൻ തയാർ. യുദ്ധം തുടങ്ങാമോ?"

ദേവൻ ഗദയുമായി യുദ്ധക്കളത്തിലെത്തി. അലാവുദ്ദീൻ കുതിരപ്പുറത്ത് കയറിയപ്പോൾ കുതിര സ്വകാര്യം പറഞ്ഞു:

"ദേവൻ ഗദ വീശുമ്പോൾ നീ എന്നെ അടിച്ചോളൂ. ഞാൻ ഉയരത്തിൽ ചാടും. ഗദ നിന്റെ മേൽ തട്ടുകയുമില്ല."

"തുടങ്ങിക്കോളൂ" ദേവൻ ഗർജിച്ചു.

"നിങ്ങൾ ആദ്യം." അലാവുദ്ദീൻ പറഞ്ഞു.

"ഇതാ പിടിച്ചോളൂ." ദേവൻ ഗദ വീശി.

രണ്ടു പ്രാവശ്യം വീശിയപ്പോഴും അലാവുദ്ദീൻ ഒഴിഞ്ഞു. മൂന്നാം പ്രാവശ്യം കൊള്ളേണ്ടതായിരുന്നു. വളരെ പണിപ്പെട്ടാണ് കുതിര അലാവുദ്ദീനെ രക്ഷപ്പെടുത്തിയത്. അതിനിടയിൽ അലാവുദ്ദീൻ താഴെ വീണു. കുതിരപ്പുറത്ത് അലാവുദ്ദീനെ കാണാതായപ്പോൾ അവന്റെ കഥ കഴിഞ്ഞുവെന്നു തന്നെ ദേവൻ കരുതി.

"ഹേയ് അലാവുദ്ദീൻ നീ എവിടെ? ശ്വാസം ബാക്കിയുണ്ടോ? എങ്കിൽ ഇപ്പോൾത്തന്നെ കഥ കഴിച്ചേക്കാം."

"പേടിക്കേണ്ട സഹോദരാ. എനിക്ക് ഒന്നും പറ്റിയില്ല. തയാറായിക്കോ. ഞാൻ ഗദ വീശുകയാണ്."

ഒറ്റയടിക്ക് അവൻ ദേവന്റെ എട്ട് തലയും തകർത്തു. ദേവന്റെ ചുണ്ടും മൂക്കും അറുത്തെടുത്ത് പൊതിയിൽക്കെട്ടി അവൻ ദേവന്റെ ഭാര്യയെ കാണാൻ ചെന്നു. "പ്രിയപ്പെട്ടവനേ, നീ തിരിച്ചെത്തിയല്ലോ. ഞാൻ നിനക്കുവേണ്ടി മനംനൊന്ത് കഴിയുകയായിരുന്നു. ഇനി നീയാണ് എന്റെ ഭർത്താവ്."

"അങ്ങനെ പറയരുത്. നീ എന്റെ രണ്ടാമത്തെ ഏട്ടന്റെ ഭാര്യയാണ്." അതും പറഞ്ഞ് അവൻ യാത്ര ചോദിച്ചു.

"നീ എങ്ങോട്ടേക്കാ?"

"മഞ്ഞ ബുൾബുളിനെ കണ്ടുപിടിക്കണം."

"നിനക്കതിനെ ഒരിക്കലും കിട്ടില്ല."

"എനിക്കതിനെ കിട്ടിയേ തീരൂ."

അവൻ കുതിരപ്പുറത്തു കയറി യാത്ര തുടർന്നു. അവർ കരിനിലത്തെത്തി.

"ഇതാണ് കറുത്ത ദേവന്റെ നാട്. ദേവന് നാൽപ്പത് തലയുണ്ട്. ഇവിടത്തെ ചെടികളും മരങ്ങളും കുന്നും മലയും തൂണും തുരുമ്പും കറുത്തിട്ടാണ്."

അലാവുദ്ദീൻ കരിംദേവന്റെ കൊട്ടാരത്തിൽ എത്തി. കൊട്ടാരമുറ്റത്ത് നാല് കുട്ടകങ്ങളിലായി നാൽപ്പത് പറ അരിയുടെ ചോറും, ചോറിനു മീതെ നന്നാല് കാളകളെ പൊരിച്ചതും ഒരുക്കിവെച്ചിരിക്കുന്നു. കാളകളെ മുഴുവൻ തിന്നിട്ട് അവൻ ദേവന്റെ മുറിയിൽച്ചെന്ന് വിശ്രമിച്ചു.

വൈകുന്നേരമായപ്പോൾ വീടൊട്ടാകെ വിറകൊണ്ടു. നായാട്ട് സാധനങ്ങളുമായി ദേവൻ തിരിച്ചെത്തി.

"ആ അലാവുദ്ദീൻ എത്തിയോ?" വന്നതും ദേവൻ ചോദിച്ചു.

"എന്നെ എങ്ങനെ തിരിച്ചറിഞ്ഞു?"

"കുന്നും മലയും കാടുംമേടും പുല്ലും മരവും നിന്റെ ജനനം എന്നെ അറിയിച്ചിരുന്നു. അന്നുമുതൽ ഞാൻ നിന്റെ വരവും കാത്തിരിക്കുകയായിരുന്നു. ഭക്ഷണം വിളമ്പ്." അയാൾ ഭാര്യയോട് കൽപ്പിച്ചു.

"നിങ്ങൾക്കായി ഒരുക്കിയതെല്ലാം അലാവുദ്ദീൻ തിന്നു." ഭാര്യ പറഞ്ഞു.

"സാരമില്ല. ഞാൻ കൊണ്ടുവന്ന മൃഗങ്ങളെ കൊന്ന് പെട്ടെന്ന് ഭക്ഷണം തയാറാക്ക്."

ഭക്ഷണം കഴിഞ്ഞ് അവർ ഉറങ്ങാൻ കിടന്നു. പുലർകാലേ എണീറ്റ് യുദ്ധം തുടങ്ങി. നാലു പകലും മൂന്നു രാവും അവർ തുടർച്ചയായി യുദ്ധം ചെയ്തു. ആരും ജയിച്ചതുമില്ല, തോറ്റതുമില്ല. അവസാനം അലാവുദ്ദീൻ തന്നെ വിജയിച്ചു. അപ്പോഴേക്കും അവൻ ആകെ അവശനായിരുന്നു. പതിവുപോലെ ദേവന്റെ ചുണ്ടും മൂക്കും അരിഞ്ഞു പൊതികെട്ടി അവൻ ദേവന്റെ ഭാര്യയെ കാണാൻ ചെന്നു.

"ഇന്നുമുതൽ ഞാൻ നിന്റെ ഭാര്യയാണ്." അവൾ പറഞ്ഞു.

"എനിക്ക് വിരോധമില്ല." അതും പറഞ്ഞ് അവൻ ആലോചനയിൽ മുഴുകി.

"എന്താ ആലോചിക്കുന്നത്?"

"ആരുടെയോ ശാപം കാരണം ഞങ്ങളുടെ മനോഹരമായ പൂന്തോട്ടം കരിഞ്ഞുണങ്ങി. എന്റെ അച്ഛൻ വളരെ വിഷമത്തിലാണ്. മഞ്ഞ ബുൾബുൾ പക്ഷിയെ കിട്ടിയാലേ ഇനി പൂന്തോട്ടം തളിർക്കുകയുള്ളൂ. അതിനുവേണ്ടി ഞാൻ അലയാത്ത നാടുകളില്ല. ഇനി എവിടെച്ചെന്നാ ഞാനതിനെ അന്വേഷിക്കേണ്ടത്?"

"അത് അത്ര എളുപ്പമുള്ള കാര്യമല്ല കേട്ടോ. അതിന്റെ ഉടമസ്ഥൻ ചോചോ രാജാവാണ്. അദ്ദേഹം നാൽപ്പത് നാളായിട്ട് ഉറക്കത്തിലാണ്. ഉണർന്നാൽ നിന്നെപ്പോലെ നാൽപ്പത് കരുത്തന്മാരെ ഒറ്റയടിക്ക് കൊല്ലും." അവൾ മുന്നറിയിപ്പ് നൽകി.

"എന്തു വിലകൊടുത്തും ഞാൻ മഞ്ഞബുൾബുളിനെ സ്വന്തമാക്കും. വീണ്ടും കാണാൻ വിധിയുണ്ടെങ്കിൽ നിന്നെ വിവാഹം കഴിക്കാം."

അവളോട് യാത്ര ചോദിച്ച് അലാവുദ്ദീൻ മഞ്ഞ ബുൾബുളിനെ തേടി പുറപ്പെട്ടു. കുറെ ദൂരം പോയപ്പോൾ കടൽത്തീരത്തെത്തി. അപ്പോൾ കുതിര പറഞ്ഞു:

"കടല് കടക്കാൻ എന്നെക്കൊണ്ടാവില്ല. അതിന് കടൽക്കുതിരയുടെ സഹായം വേണം."

അലാവുദ്ദീൻ ഒന്നും മിണ്ടാതെ കുതിരപ്പുറത്ത് നിന്നിറങ്ങി ഉറങ്ങാൻ കിടന്നു. ഒരു കരിങ്കല്ലിൽ തലവെച്ചാണ് കിടന്നത്. ഉറക്കത്തിൽ അവൻ ഒരശരീരി കേട്ടു.

"ഹേയ്, അലാവുദ്ദീൻ നീ തലവെച്ചിരിക്കുന്ന കല്ലിനടിയിൽ മൂന്ന് കടൽക്കുതിരകളുണ്ട്. ആ കുതിരകളെ ഉപയോഗിച്ച് കടൽ കടക്കുക."

അലാവുദ്ദീൻ എഴുന്നേറ്റു. കല്ലു പൊക്കിയപ്പോൾ വലിയൊരു കുഴിയിൽ മൂന്ന് കടൽക്കുതിരകൾ. അവൻ രണ്ടു കുതിരകളെ തന്റെ ഇരുവശത്തും ചേർത്തുകെട്ടി. മൂന്നാമത്തേതിനെ മുമ്പിൽ നിർത്തി. ഇരുവശത്തുമുള്ള കുതിരപ്പുറത്ത് കാലുകൾ വെച്ച് മൂന്നാമത്തേതിന്റെ കടിഞ്ഞാൺ പിടിച്ചുകൊണ്ട് അവൻ കുതിരകളെ കടലിലേക്ക് തെളിച്ചു. മൂന്നാമത്തെ കുതിര തിരിഞ്ഞുനിന്ന് അലാവുദ്ദീനെ വിഴുങ്ങാൻ ഒരു ശ്രമം നടത്തി. പക്ഷേ, അലാവുദ്ദീൻ ഒഴിഞ്ഞുമാറി. ചാട്ടകൊണ്ട് കുതിരയ്ക്ക് നന്നായൊന്ന് കൊടുക്കുകയും ചെയ്തു. അപ്പോൾ കുതിര മനുഷ്യസ്വരത്തിൽ ചോദിച്ചു:

"നിനക്കെന്താണ് വേണ്ടതെന്നുവെച്ചാൽ തെളിച്ചുപറ. നീയെന്തിനാ എന്റെ പുറം അടിച്ചുപൊളിക്കുന്നത് അലാവുദ്ദീൻ."

"എനിക്ക് മഞ്ഞ ബുൾബുളിനെ വേണം."

"എനിക്ക് അതിനുള്ള കഴിവില്ല. ഞാൻ നിന്നെ കടല് കടത്തി എന്റെ സഹോദരിയുടെ വീട്ടിൽ എത്തിച്ചു തരാം. അവൾക്ക് തീർച്ചയായും നിന്നെ സഹായിക്കാൻ കഴിയും."

കുതിര അലാവുദ്ദീനെ മറുകര എത്തിച്ചു. അവൻ അവിടമെല്ലാം ചുറ്റി നടന്നു.

പെട്ടെന്നവൻ കൈയിലിരുന്ന കടിഞ്ഞാൺ വെറുതെ ചുഴറ്റി. അപ്പോൾ ഒരു ജലദേവത അവനെ വിഴുങ്ങാനായി വന്നു. അവൻ ഒഴിഞ്ഞുമാറി. അതിനിടയിൽ കാലുകൊണ്ട് അവളെ തള്ളിയിടുകയും ചെയ്തു.

"നീ എങ്ങനെ ഇവിടെ എത്തി? എന്താ നിനക്ക് വേണ്ടത്?" ജലദേവത ചോദിച്ചു.

"എനിക്ക് മഞ്ഞ ബുൾബുളിനെ കിട്ടണം."

"അത് വിചാരിക്കുന്ന അത്ര എളുപ്പമുള്ള കാര്യമല്ല. മഞ്ഞ ബുൾബുളിന്റെ കൂട് ചോചോ രാജാവിന്റെ കിടപ്പുമുറിയിലാണ്. രാജാവിന്റെ കൊട്ടാരമാകട്ടെ ഏഴാം കടലിന് അക്കരെയും. എന്റെ മുന്നൂറ്റി അറുപത് ഞര

മ്പുകളും കുലുങ്ങുമാറ് നിന്റെ ചാട്ടകൊണ്ട് നിനക്കെന്നെ അടിക്കാമോ? എങ്കിൽ എനിക്ക് ചോചോ രാജാവിന്റെ കൊട്ടാരത്തിലേക്ക് പറക്കാൻ കഴിയും. ഞാൻ നിന്നെയും കൊണ്ട് ജനാലവരെ പറന്നെത്തും. നീ ജനലിലൂടെ കൈയിട്ട് കിളിയെ പിടിക്കണം. പെട്ടെന്ന് കാര്യം നടക്കണം. എന്തെങ്കിലും തടസ്സം നേരിട്ടാൽ ഞാനും നീയും തവിടുപൊടിയാകും."

"അങ്ങനെതന്നെ." എന്നു പറഞ്ഞുകൊണ്ട് ചാട്ട ഉയർത്തി ജലദേവതയെ നന്നായൊന്നു പൂശി. അവൾ അടിമുടി വിറച്ചു. മുന്നൂറ്റി അറുപത് ഞരമ്പുകളും എടുത്തുനിന്നു.

ദേവത മാനത്തേക്ക് പറന്നു. ചോചോ രാജാവിന്റെ കൊട്ടാരത്തിലെത്തിയത് അലാവുദ്ദീൻ അറിഞ്ഞതേയില്ല. ഒരു റോക്കറ്റിന്റെ വേഗതയിലാണ് ജലദേവത പറന്നത്. ജനലരികിലെത്തിയപ്പോൾ മുറിയിൽ തൂങ്ങിക്കിടക്കുന്ന കിളിക്കൂട് അലാവുദ്ദീൻ കണ്ടു. ജനലിലൂടെ കൈയിട്ട് അലാവുദ്ദീൻ കിളിയെ പിടിച്ചു. ജലദേവത അലാവുദ്ദീനെയും തോളിലേറ്റി ഭൂമിയിലേക്ക് പറന്നു. അലാവുദ്ദീനെ ഭൂമിയിലെത്തിച്ച് അവൾ യാത്ര പറഞ്ഞു.

അലാവുദ്ദീന്റെ കുതിര അവനെയും കാത്ത് ഇരിക്കുകയായിരുന്നു. അവർ മടക്കയാത്ര ആരംഭിച്ചു. അവൻ മഞ്ഞക്കിളിയെയും കൊണ്ട് കരിംദേവന്റെ കൊട്ടാരത്തിലെത്തി.

"ഹെയ് മഞ്ഞക്കിളീ, ഈ കറുത്തനാട് പച്ചയാക്കിത്തരൂ." അവൻ കിളിയോടായി പറഞ്ഞു.

ഉടൻ അവിടം മുഴുവൻ പച്ചക്കാടുകൾ നിറഞ്ഞു. അലാവുദ്ദീന്റെ ഭാര്യയ്ക്ക് അത്ഭുതംകൊണ്ട് കണ്ണുതള്ളി.

അവർ കരിംദേവന്റെ പൊന്നുംപണവും ഭാണ്ഡംകെട്ടി വെള്ളദേവന്റെ നാട്ടിലെത്തി. അവിടത്തെ വിലപിടിച്ച വസ്തുക്കളെല്ലാം കൈക്കലാക്കി വെള്ളദേവന്റെ ഭാര്യയേയും കൂട്ടി അവൻ വീണ്ടും യാത്ര തിരിച്ചു. അവളെ രണ്ടാമത്തെ ചേട്ടന്റെ ഭാര്യയാക്കാമെന്ന് അലാവുദ്ദീൻ ഏറ്റിരുന്നു. പിന്നീടവർ ചുവന്ന ദേവന്റെ നാട്ടിലെത്തി. അവിടന്ന് എടുക്കാവുന്നത്ര ധനവും കല്ലും മുത്തുമെടുത്ത് ദേവന്റെ ഭാര്യയേയും കൂട്ടി വൃദ്ധൻ ഇരുന്ന കവലയിലെത്തി.

"അപ്പൂപ്പാ, എന്റെ സഹോദരന്മാർ തിരിച്ചെത്തിയോ?" അവൻ ചോദിച്ചു.

"ഇതുവരെ മടങ്ങിവന്നില്ല രാജകുമാരാ." വൃദ്ധൻ പറഞ്ഞു.

"എങ്കിൽ അങ്ങൊരുപകാരം ചെയ്യണം. ഈ മൂന്നു സ്ത്രീകളേയും എന്റെ കിളിയേയും അങ്ങയെ ഏൽപ്പിക്കുകയാണ്. ഞാൻ തിരിച്ചെത്തുന്നതുവരെ അങ്ങ് അവരെ സംരക്ഷിക്കണം. ഞാനെന്റെ സഹോദരന്മാരെ തേടി പോവുകയാണ്."

അവൻ സഹോദരന്മാരെ തേടിപ്പുറപ്പെട്ടു. നഗരങ്ങളായ നഗരങ്ങളിലൊക്കെ തേടി നടന്നിട്ടും സഹോദരന്മാരുടെ യാതൊരു വിവരവും അറിയാൻ കഴിഞ്ഞില്ല. വഴിയിൽ അവനൊരു കച്ചവടക്കാരനുമായി പരിച

യത്തിലായി. അയാൾ അലാവുദ്ദീനെ ഭക്ഷണത്തിനായി വീട്ടിലേക്കു ക്ഷണിച്ചു.

"വിദേശികൾ നഗരത്തിലുണ്ടോ എന്നറിയാൻ എന്താ മാർഗം?" അവൻ ആതിഥേയനോടു ചോദിച്ചു.

"രാവിലെ ചന്തയിൽ ചെല്ലണം. നാടോടികൾക്ക് നിങ്ങളുടെ വക സദ്യയുണ്ടെന്ന് പെരുമ്പറ കൊട്ടി അറിയിക്കണം. അതുകേട്ടാൽ തീർച്ചയായും നാടോടികൾ ഒന്നിച്ചുകൂടും. പിന്നെ എളുപ്പമാണ്."

പിറ്റേദിവസം രാവിലെ രാത്രി നാടോടികൾക്ക് സദ്യയുള്ള വിവരം അലാവുദ്ദീൻ പെരുമ്പറകൊട്ടി അറിയിച്ചു. സന്ധ്യയ്ക്ക് മുമ്പുതന്നെ ഏഴു കാളകളെ അറുത്ത് കറിവെച്ചു. എഴുപതു പറ അരിയുടെ ചോറും വെച്ചു.

അലാവുദ്ദീന്റെ സഹോദരന്മാർ യജമാനന്മാരോട് കെഞ്ചി സദ്യയ്ക്ക് പോകാനുള്ള അനുവാദം വാങ്ങി. രാത്രി നാടോടികളെല്ലാം ഒത്തുചേർന്നു. അക്കൂട്ടത്തിൽ ജ്യേഷ്ഠന്മാരെ അലാവുദ്ദീൻ പെട്ടെന്ന് തിരിച്ചറിഞ്ഞു. അവരെ പ്രത്യേകം വിളിച്ചിരുത്തി സൽക്കരിച്ചു. എന്നിട്ട് ചോദിച്ചു:

"എന്നെ മനസിലായോ?"

"ഇല്ല." രണ്ടുപേരും ഒന്നിച്ചു പറഞ്ഞു.

"നിങ്ങൾ എവിടെയാ ജോലി ചെയ്യുന്നത്?"

"ഞങ്ങൾ രണ്ടു കടകളിൽ സാമാനം കെട്ടുന്ന ജോലിയിലാണ്."

"നിങ്ങളുടെ യജമാനന്മാരെ എനിക്കു കാണിച്ചുതരൂ."

അലാവുദ്ദീൻ സഹോദരന്മാരുടെ യജമാനന്മാരെക്കണ്ട് അവരുടെ കണക്കു തീർത്തു മോചിപ്പിച്ചു.

"ഇവരെ നിങ്ങൾക്കെങ്ങനെ അറിയാം?"

"ഇവരെന്റെ സഹോദരന്മാരാണ്."

"ഞങ്ങൾക്ക് നിന്നെ മനസ്സിലായില്ല. നീ ആരാ?"

"നിങ്ങൾക്കിതുവരെ എന്നെ മനസ്സിലായില്ലേ? ഞാനാണ് അലാവുദ്ദീൻ. നിങ്ങളുടെ സഹോദരൻ."

"അങ്ങനെയാണെങ്കിൽ നമ്മളെന്തിനാ വീട് വിട്ടതെന്ന് പറ?"

"മഞ്ഞബുൾബുളിനെ അന്വേഷിച്ച്. എനിക്കതിനെ കിട്ടി."

"എന്നിട്ടെവിടെ?"

"കവലയിലെ അപ്പൂപ്പനെ ഏൽപ്പിച്ചിരിക്കുകയാണ്. വാ നമുക്ക് പുറപ്പെടാം."

അലാവുദ്ദീൻ ജ്യേഷ്ഠന്മാർക്ക് പുതിയ വസ്ത്രങ്ങൾ തുന്നിച്ചു കൊടുത്തു. മൂന്നുപേരും കവലയിലെത്തി.

സ്ത്രീകളെ കണ്ട് സഹോദരന്മാർ ചോദിച്ചു:

"ഈ സ്ത്രീകൾ ആരാണ്?"

"ദേ, അവൾ ഞാൻ കൊന്ന ചുവന്ന ദേവന്റെ ഭാര്യ. ഇനി അവൾ ചേട്ടന്റെ ഭാര്യയായിരിക്കും." എന്നിട്ടവൻ ചുവന്ന ദേവന്റെ മൂക്കും ചുണ്ടും അരിഞ്ഞുകൊണ്ടുവന്നത് കാണിച്ചുകൊടുത്തു.

"മറ്റേത് വെള്ളദേവന്റെ ഭാര്യ. അവൾ രണ്ടാമത്തെ ചേട്ടന്റെ ഭാര്യയായിരിക്കും. അവന്റേയും മൂക്കും ചുണ്ടും ഞാൻ കൊണ്ടുവന്നിട്ടുണ്ട്. മൂന്നാമത്തവൾ കരിംദേവന്റെ ഭാര്യയായിരുന്നു. ഇപ്പോൾ എന്റെ ഭാര്യ."

അവരവരുടെ വധുക്കളെ കുതിരപ്പുറത്ത് കയറ്റി മഞ്ഞ ബുൾബുളിനെയും കൊണ്ട് സഹോദരന്മാർ നാട്ടിലേക്ക് തിരിച്ചു.

കുറേ ചെന്നപ്പോൾ അവർ വല്ലാതെ തളർന്നു. ഒരു പൊട്ടക്കിണർ കണ്ടപ്പോൾ അവർ കുറച്ചുനേരം വിശ്രമിക്കാൻ തീരുമാനിച്ചു. "അലാവുദ്ദീൻ കിണറ്റിലിറങ്ങി കുറച്ച് വെള്ളം കോരിത്താ. വല്ലാതെ ദാഹിക്കുന്നു." സഹോദരന്മാർ പറഞ്ഞു.

ഇതുകേട്ട് അലാവുദ്ദീന്റെ ഭാര്യ അടുത്തുചെന്ന് രഹസ്യം പറഞ്ഞു. "അവർ നിങ്ങളെ കൊല്ലാൻ പരിപാടി ഇടുകയാണ്. കിണറ്റിലിറങ്ങരുത്."

"ഹെയ് എന്റെ ചേട്ടന്മാർ ഒരിക്കലും അങ്ങനെ ചെയ്യില്ല. അവർക്ക് ദാഹിക്കുന്നുണ്ടാകും."

"എങ്കിൽ എന്റെ ഓരോ ചെരുപ്പും കൈയുറയും നിങ്ങൾ സൂക്ഷിച്ചുവെച്ചോളൂ. നാട്ടിലെത്തിയാൽ നിങ്ങൾ കൂടെ ഇല്ലെങ്കിൽ എന്റെ ചെരിപ്പും കൈയുറയും ഇവിടെ എവിടെയോ കളഞ്ഞുപോയെന്ന് ഞാൻ രാജാവിനോട് പരാതിപ്പെടും. അതന്വേഷിച്ച് ഭടന്മാർ ഇവിടെ വരും. അവ തിരിച്ചുകിട്ടുകയാണെങ്കിൽ നിങ്ങൾ രക്ഷപ്പെട്ട വിവരമെങ്കിലും അറിയാൻ കഴിയുമല്ലോ."

അലാവുദ്ദീൻ കിണറ്റിലിറങ്ങിയതും സഹോദരന്മാർ മഞ്ഞക്കിളിയേയും എടുത്ത് സ്ത്രീകളേയും കൂട്ടി നാട്ടിലേക്ക് പുറപ്പെട്ടു. നഗരത്തിലെത്താറായപ്പോൾ തങ്ങൾ വരുന്ന വിവരം രാജാവിനെ അറിയിക്കാൻ അവർ ദൂതന്മാരെ പറഞ്ഞയച്ചു.

രാജാവും പരിവാരങ്ങളും അവരെ സ്വീകരിക്കാൻ നഗരപ്രാന്തത്തിലെത്തി. മക്കളെ കണ്ട രാജാവിന് സന്തോഷമായി.

"ഈ സ്ത്രീകൾ ആരാണ് കുമാരന്മാരേ?" രാജാവ് ചോദിച്ചു.

മൂത്തയാൾ പറഞ്ഞു: "ഇവൾ എന്റെ ഭാര്യ. മറ്റവൾ നടുവിലത്തവന്റെ ഭാര്യ. ഒന്ന് ഞങ്ങളുടെ ദാസിയാണ്."

ഇതുകേട്ട് അലാവുദ്ദീന്റെ ഭാര്യ പറഞ്ഞു: "മഹാരാജാവേ, ഇവർ കള്ളം പറയുകയാണ്. ഞാൻ ഇവരുടെ ദാസിയല്ല."

"കള്ളം പറയുന്നത് മഹാപാപമാണ്. നിങ്ങളിൽ ആരാണ് മഞ്ഞ ബുൾബുളിനെ നേടിയതെന്ന് നിങ്ങൾ തന്നെ പറയിൻ. മഞ്ഞബുൾബുളിനെക്കൊണ്ട് ആര് സംസാരിപ്പിക്കുന്നുവോ അവനായിരിക്കും അതിന്റെ ഉടമസ്ഥൻ." രാജാവ് പറഞ്ഞു.

"ഞാൻ സംസാരിപ്പിച്ചു തരാം. ഹേയ് മഞ്ഞക്കിളീ ഞങ്ങളുടെ പൂന്തോട്ടം വീണ്ടും തളിർക്കട്ടെ എന്നു പറ" മൂത്തയാൾ പറഞ്ഞു.

മഞ്ഞക്കിളി മിണ്ടിയില്ല.

രണ്ടാമത്തെ കുമാരനും സ്നേഹപൂർവം പറഞ്ഞുനോക്കി. മഞ്ഞക്കിളിക്ക് മിണ്ടാട്ടമില്ല.

ജനങ്ങൾക്ക് വേവലാതിയായി. തോട്ടം പഴയതുപോലെ കരിഞ്ഞു തന്നെ കിടന്നു.

പാവം അലാവുദ്ദീന് എന്തുപറ്റി എന്നുപോലും ആരും തിരക്കിയില്ല. അലാവുദ്ദീന് എന്തു സംഭവിച്ചു എന്നു നമുക്ക് നോക്കാം.

എത്രനേരം അലാവുദ്ദീൻ ആ പൊട്ടക്കിണറ്റിൽ ഇരുന്നോ എന്തോ! ആഴം കുറഞ്ഞ കിണറായിരിക്കുമെന്ന് കരുതിയാണ് ഇറങ്ങിയത്. കിണറ്റിനകത്ത് കൂരാക്കൂരിരുട്ട്. ഒന്നും കാണാൻ വയ്യ. ചുറ്റും ചെടിപ്പടർപ്പുകൾ. ശ്വാസം മുട്ടുന്നുണ്ടായിരുന്നു അലാവുദ്ദീന്. അവൻ സഹായത്തിനുവേണ്ടി ഉറക്കെ വിളിച്ചു. അവസാനം അതുവഴി വന്ന ഒരു കച്ചവടക്കാരൻ അലാവുദ്ദീന്റെ വിളികേട്ടു.

അയാളുടെ കൂടെ ഉണ്ടായിരുന്ന പരിചാരകർ കയറിൽ തൊട്ടി താഴ്ത്തിക്കൊടുത്തു. അലാവുദ്ദീൻ അതിൽക്കയറി മുകളിലെത്തി.

"ഇതെങ്ങനെ സംഭവിച്ചു സഹോദരാ?" കച്ചവടക്കാരൻ ചോദിച്ചു.

"ഞാൻ വഴിയാത്രക്കാരനാണ്. ഇരുട്ടിൽ കാലുതെറ്റി വീണതാണ്. പൊട്ടക്കിണർ കണ്ടില്ല."

"എങ്ങോട്ടാ നിനക്ക് പോകേണ്ടത്?"

"എന്റെ നാട്ടിൽ."

"ഇന്നു രാത്രി ഞങ്ങളുടെ കൂടെ കഴിയാം." കച്ചവടക്കാരൻ ക്ഷണിച്ചു. അലാവുദ്ദീൻ സമ്മതിച്ചു. പിറ്റേദിവസം രാവിലെ രണ്ടുപേരും യാത്രപറഞ്ഞ് രണ്ടുവഴിക്ക് പിരിഞ്ഞു. വഴിക്കുവെച്ച് അലാവുദ്ദീൻ ആരോരുമില്ലാത്ത ഒരു വൃദ്ധദമ്പതികളെ കണ്ടുമുട്ടി. കുറച്ചു കാലം അവരോടൊപ്പം കഴിയാൻ അലാവുദ്ദീൻ തീരുമാനിച്ചു. അവർക്ക് അലാവുദ്ദീനെ വലിയ ഇഷ്ടമായി. അവർ അവനെ സ്വന്തം മകനെപ്പോലെ പരിപാലിച്ചു.

ഒരിക്കൽ അവരുടെ വീട്ടിനടുത്തുള്ള തെരുവിൽ വെച്ച് രാജഭടന്മാർ പെരുമ്പറ മുട്ടുന്നത് കേട്ട് അലാവുദ്ദീനും ചെന്നു.

"രാജകുമാരന്റെ വിവാഹം നിശ്ചയിച്ചിരിക്കുന്നു. ഇതുപോലൊരു കൈയുറ ആരെക്കൊണ്ട് തുന്നാനാവും?"

അയാൾ ഒരു കൈയുറ ഉയർത്തിക്കാണിച്ചുകൊണ്ട് ഉറക്കെ വിളിച്ചു പറഞ്ഞു:

തയ്യൽ പഠിക്കണം. അലാവുദ്ദീൻ തീരുമാനിച്ചു. അവിടത്തെ ഒരു തയ്യൽക്കാരന്റെ കീഴിൽ ജോലിയും തുടങ്ങി. അലാവുദ്ദീൻ രാജകുമാരനാണെന്ന കാര്യം തുന്നൽക്കാരന് അറിയില്ലായിരുന്നു. അയാൾ അവനെക്കൊണ്ട് രാവും പകലും പണിയെടുപ്പിച്ചു.

രാജഭടന്മാർ നാട്ടിലുള്ള തയ്യൽക്കടകളിലെല്ലാം ചെന്ന് പെരുമ്പറ കൊട്ടി. പക്ഷേ, കൈയുറ തുന്നാൻ ആരുമാരും മുന്നോട്ടു വന്നില്ല. അവസാനം അലാവുദ്ദീന്റെ യജമാനന്റെ കടയിലുമെത്തി. ആവില്ലെന്ന് പറഞ്ഞ് അയാൾ ഒഴിഞ്ഞു. പക്ഷേ, പണിക്കാരൻ പറഞ്ഞു: "ഞാൻ തുന്നിത്തരാം."

യജമാനന് കലിവന്നു.

"മിണ്ടാതിരിയെടാ. തുണിവെട്ടാൻ പോലും പഠിച്ചില്ല. രാജാവിന് കൈയുറ തുന്നാൻ പോകുന്നു."

"അവനൊന്ന് ശ്രമിച്ചു നോക്കട്ടെ." രാജഭടന്മാർ പറഞ്ഞു.

"പക്ഷേ, ഒരു കാര്യമുണ്ട്. കൈയുറ മുഴുവനാക്കിയില്ലെങ്കിൽ രാജാവ് ഇവന്റെ തലവെട്ടും."

"സമ്മതിച്ചു." അലാവുദ്ദീൻ പറഞ്ഞു.

"എന്തിനാടാ വെറുതേ ചാകാൻ നടക്കുന്നത്? ഇരുപത് കൊല്ലമായി ഞാൻ തുന്നൽപ്പണി ചെയ്യുന്നു. എനിക്കാവില്ല എന്നിട്ടല്ലേ നീ..."

"മുതലാളി പേടിക്കണ്ട. ഞാൻ ശരിയാക്കിത്തരാം. വെളുക്കുന്നതിനു മുമ്പ്. രാത്രി ഉറക്കമൊഴിഞ്ഞിരിക്കുമ്പോൾ തിന്നാൻ ഒരു സേർ അണ്ടിപ്പരിപ്പ് വാങ്ങിത്തന്നാൽ മതി."

മുതലാളി അവന് കാൽ സേർ അണ്ടിപ്പരിപ്പ് വാങ്ങിക്കൊടുത്തു.

"ഇതുകൊണ്ട് എന്താവാനാ?" അലാവുദ്ദീൻ ചോദിച്ചു.

"കൈയിൽ പണമില്ലായിരുന്നു." മുതലാളി പറഞ്ഞു.

അന്നു രാത്രി അലാവുദ്ദീൻ അണ്ടിപ്പരിപ്പും തിന്ന് ഉറങ്ങാൻ കിടന്നു. പിറ്റേന്ന് മുതലാളി കടയിലെത്തിയപ്പോൾ കൈയുറ തയാർ. രാജഭടന്മാർ കൊടുത്തതുപോലെ മറ്റൊരെണ്ണം. മുതലാളിക്ക് അതൊന്ന് തൊട്ടുനോക്കിയാൽ കൊള്ളാമെന്നുണ്ടായിരുന്നു.

"മുതലാളി അത് തൊട്ട് ചീത്തയാക്കേണ്ട." അലാവുദ്ദീൻ വിലക്കി.

താമസിയാതെ മന്ത്രിമാരും പട്ടാളക്കാരും എത്തി. "സാധനം തയാറായോ?" അവർ ചോദിച്ചു.

പേടികൊണ്ട് തയ്യൽക്കാരന് മിണ്ടാനായില്ല. അലാവുദ്ദീൻ കൈയുറ കാണിച്ചുകൊടുത്തു.

"ഹാ എത്ര മനോഹരം! കൊട്ടാരത്തിലേക്ക് വരൂ. രാജാവ് തീർച്ചയായും സമ്മാനം തരും." കൈയുറ കണ്ടപ്പോൾ അവർ പറഞ്ഞു.

"ചെല്ല് മുതലാളീ, സമ്മാനം വാങ്ങിച്ചിട്ട് വാ."

"അയ്യോ, ഞാൻ പോണില്ല. നീ തന്നെ ചെല്ല്. വെട്ടുകയാണെങ്കിൽ നിന്റെ തലതന്നെ വെട്ടട്ടെ."

അലാവുദ്ദീൻ കൈയുറയുമായി കൊട്ടാരത്തിലെത്തി. "എനിക്കിതിനെപ്പറ്റി വലിയ വിവരമൊന്നുമില്ല. എന്റെ മരുമകളെ കാണിക്ക്." രാജാവ് പറഞ്ഞു.

സന്തുഷ്ടയായ മരുമകൾ മുന്നൂറ് സ്വർണനാണയങ്ങൾ കൊടുത്തയച്ചു. രാജാവ് തന്റെ വകയായി ഇരുന്നൂറ് കൂടെച്ചേർത്തു. അഞ്ഞൂറ് സ്വർണനാണയങ്ങൾ തയ്യൽക്കാരന് സമ്മാനിച്ചു.

അലാവുദ്ദീൻ പണസഞ്ചി മുതലാളിയുടെ മുന്നിലെറിഞ്ഞുകൊടുത്തിട്ട് പറഞ്ഞു: "ഇതു മുഴുവൻ നിങ്ങൾക്കുള്ളതാണ്. ഇനി ഞാൻ നിങ്ങളുട കൂടെ ജോലിക്ക് നിൽക്കുന്നില്ല. നിങ്ങൾ ഒരു ചീത്ത മനുഷ്യനാണ്."

"ഞാനെന്ത് തെറ്റാ ചെയ്തത്?" മുതലാളി ചോദിച്ചു.

"ഒരു സേർ അണ്ടിപ്പരിപ്പിന് പറഞ്ഞിട്ട് കാൽ സേറല്ലേ പിശുക്കനായ നിങ്ങൾ വാങ്ങിച്ചുതന്നത്. ഞാൻ പോകുന്നു. സലാം."

സലാം പറഞ്ഞു പിരിഞ്ഞ അലാവുദ്ദീൻ ഒരു തുകൽപ്പണിക്കാരന്റെ കടയിൽ ചെന്നിട്ട് പറഞ്ഞു:

"മുതലാളീ, ദയവുണ്ടാകണം. ഞാൻ ആരോരുമില്ലാത്തവനാണ്. എനിക്കു തുകൽപ്പണി പഠിപ്പിച്ചു തരണം."

തുകൽപ്പണിക്കാരൻ സമ്മതിച്ചു.

രണ്ടു ദിവസം കഴിഞ്ഞപ്പോൾ പുതിയൊരറിയിപ്പുമായി ഭടന്മാർ വീണ്ടുമെത്തി. അവരുടെ കൈയിലുള്ള ചെരുപ്പിന് ഇണ വേണം. അലാവുദ്ദീൻ മുതലാളിയോട് പറഞ്ഞു:

"ഞാനൊന്ന് ശ്രമിച്ചുനോക്കിയാലോ?"

"ഇന്നലെ വന്ന നീ എങ്ങനെയാ ചെരിപ്പുണ്ടാക്കുന്നത്? നിനക്ക് തുകൽപ്പണി അറിയാമോ?"

"അതൊന്നും നിങ്ങളറിയണ്ട. അങ്ങ് അനുവാദം തന്നാൽ മതി."

"പരാജയപ്പെട്ടാൽ രണ്ടുപേരുടേയും തലപോകും." രാജഭടന്മാർ ഓർമിപ്പിച്ചു.

"വേണ്ടാത്തതിലൊന്നും തലയിടണ്ട. വയസ്സുകാലത്ത് എന്നെ കുടുക്കിലാക്കരുത്." ചെരുപ്പുകടക്കാരൻ താക്കീതു നൽകി.

"പേടിക്കേണ്ട. മുതലാളിക്ക് ഒരാപത്തും വരാതെ ഞാൻ നോക്കിക്കോളാം. എനിക്ക് ഒരു സേർ അണ്ടിപ്പരിപ്പ് വാങ്ങിച്ചു തന്നാ മതി."

മുതലാളി മനസില്ലാമനസോടെ സമ്മതിച്ചു. മുക്കാൽ സേർ അണ്ടിപ്പരിപ്പും വാങ്ങിച്ചുകൊടുത്തു.

"അങ്ങു വീട്ടിൽ പോയി വിശ്രമിച്ചോളൂ. ഞാൻ പണി തുടങ്ങാൻ പോവുകയാണ്."

വല്ലാത്ത വിഷമത്തോടെയാണ് തോൽക്കാരൻ പോയത്. വീട്ടിലെത്തിയിട്ടും അയാൾക്ക് ഇരിക്കപ്പൊറുതിയില്ല. രാവിലെ വരെ കാത്തിരിക്കാൻ അയാൾക്ക് ക്ഷമയില്ലായിരുന്നു. അർധരാത്രിയായപ്പോൾ അയാൾ കടയിൽ ചെന്നു. ജനലിൽക്കൂടി നോക്കിയപ്പോൾ അലാവുദ്ദീൻ സുഖമായി അണ്ടിപ്പരിപ്പ് തിന്നുന്നു. "പണ്ടാരപ്പഹയൻ തിന്നുമുടിക്കുകയാണ്. ഇവൻ കാരണം എന്റെ തല പോയതുതന്നെ."

അയാൾ പിറുപിറുത്തുകൊണ്ട് തിരിച്ചുപോയി.

വെള്ളകീറുന്നതിനു മുമ്പ് അയാൾ വീണ്ടും കടയിലെത്തി. രാജാവ് കൊടുത്തയച്ച ചെരുപ്പുപോലെ മറ്റൊരെണ്ണം തയാറായിരിക്കുന്നു. അയാളത് എടുക്കാൻ കൈ നീട്ടിയപ്പോൾ അലാവുദ്ദീൻ വിലക്കി.

"അതിപ്പോ തൊടണ്ട. ഇന്നലെ ഞാൻ ഈ ജോലി ഏറ്റെടുത്തതിന് എന്നെ ചീത്ത പറഞ്ഞത് മറന്നോ?"

അപ്പോഴേക്കും മന്ത്രിയും ഭടന്മാരും എത്തി.

"നിങ്ങളിൽ ഒരാൾ ചെരുപ്പുമായി കൊട്ടാരത്തിലേക്ക് വരൂ. രാജാവ് തീർച്ചയായും സമ്മാനം തരാതിരിക്കില്ല."

"നീതന്നെ പൊയ്ക്കോ മോനേ. രാജാവിന് ചെരുപ്പ് പിടിച്ചില്ലെങ്കിലോ? വയ്യാവേലിക്ക് ഞാനില്ല."

അലാവുദ്ദീൻ ചെരുപ്പുമായി രാജസന്നിധിയിലെത്തി. രാജാവ് ചെരുപ്പ് മരുമകൾക്ക് കൊടുത്തയച്ചു.

മരുമകൾ ചെരുപ്പ് തിരിച്ചറിഞ്ഞു. അലാവുദ്ദീനെ അവൾക്ക് മനസിലാവുകയും ചെയ്തു.

"നിങ്ങളെന്തിനാ ഒളിച്ചുകളിക്കുന്നത്?" അവൾ തിരക്കി. "സമയമായിട്ടില്ല." അലാവുദ്ദീൻ പറഞ്ഞു.

മരുമകൾ അഞ്ഞൂറ് സ്വർണനാണയം ചെരുപ്പുകുത്തിക്ക് കൊടുത്തു. രാജാവും കൊടുത്തു അഞ്ഞൂറ് സ്വർണനാണയം.

ആയിരം സ്വർണനാണയവും മുതലാളിക്ക് കൊടുത്തിട്ട് അലാവുദ്ദീൻ പറഞ്ഞു:

"ഇതെടുത്തോളൂ, ഞാൻ പോകുന്നു. നിങ്ങൾ നല്ല ആളല്ല. അതുകൊണ്ട് ഇനിമേൽ നിങ്ങളുടെ കൂടെ ജോലി ചെയ്യാൻ ഞാനില്ല."

"ഞാനെന്തു ചെയ്തെന്നാ നീ പറയുന്നത്?"

"ഒരു സേർ അണ്ടിപ്പരിപ്പിന് പറഞ്ഞിട്ട് മുക്കാൽ സേർ അല്ലേ വാങ്ങിത്തന്നുള്ളൂ?"

അലാവുദ്ദീൻ വീണ്ടും വൃദ്ധന്റെ വീട്ടിലെത്തി. "എന്റെ പൊന്നുമോനേ. നീയിത്ര നാളും എവിടെയായിരുന്നു?"

"ഞാനൊരു ചെറുപ്പക്കാരനല്ലേ അപ്പൂപ്പാ. വെറുതെ നഗരത്തിൽ കാഴ്ചകൾ കണ്ടു നടന്നു." ഇതും പറഞ്ഞ് അലാവുദ്ദീൻ വൃദ്ധന് പത്തുപിടി സ്വർണനാണയം കൊടുത്തു.

ഒരിക്കൽ അങ്ങാടിയിൽ ആരവം കേട്ട് വൃദ്ധൻ ചെന്നുനോക്കി. ചോചോ രാജാവും പരിവാരങ്ങളും നഗരപരിശോധനയ്ക്കായി എത്തിയതായിരുന്നു. രാജാവിന്റെ മഞ്ഞബുൾബുളിനെ കാണാനില്ല. കട്ടവനെ തിരയുകയാണ് പട്ടാളക്കാർ. ഇതുകേട്ട അലാവുദ്ദീൻ പറഞ്ഞു:

"ഉടനെ നമ്മുടെ രാജാവിനെ ചെന്നു കാണണം. രാജാവിന്റെ കുതിരയെ കൊടുത്തയച്ചാൽ ചോചോ രാജാവുമായി ഒത്തുതീർപ്പിനു ചെല്ലാൻ ഒരു യുവാവ് തയാറാണെന്ന് പറയണം."

വൃദ്ധൻ രാജാവിനെ കണ്ട് വിവരം അറിയിച്ചു. "എന്റെ കുതിര ഇടഞ്ഞുനിൽക്കുകയാണ്. അതിന്റെ അടുത്തു ചെല്ലാൻ ആരും കൂട്ടാക്കുന്നില്ല."

അങ്ങനെ പറഞ്ഞത് തന്റെ ഭർത്താവ് തന്നെ ആയിരിക്കുമെന്ന് അലാവുദ്ദീന്റെ ഭാര്യക്ക് തോന്നി. കുതിരയെ കൊണ്ടുപോകാൻ തന്നെ അനുവദിക്കണമെന്ന് അവൾ അപേക്ഷിച്ചു. രാജാവ് സമ്മതിച്ചു.

അവളെ കണ്ടതും കുതിര തലയിളക്കി സ്നേഹം പ്രകടിപ്പിച്ചു. അവൾ ഒരു വയസ്സനെ കുതിരയുമായി അലാവുദ്ദീന്റെ വീട്ടിലേക്കയച്ചു.

അലാവുദ്ദീൻ കുതിരപ്പുറത്ത് കയറി നഗരാതിർത്തിയിൽ എത്തി. അവിടെവെച്ച് അയാൾ തന്റെ മൂത്ത സഹോദരനെ കണ്ടുമുട്ടി.

"എങ്ങോട്ടേക്കാ യാത്ര?" അയാൾ തിരക്കി.

"ഞാനാണ് മഞ്ഞ ബുൾബുളിനെ പിടിച്ചുകൊണ്ടുവന്നതെന്ന് ചോചോ രാജാവിനോട് ഏറ്റുപറയാൻ പോവുകയാണ്. അല്ലെങ്കിൽ രാജാവ് നമ്മുടെ നാട് കുട്ടിച്ചോറാക്കും."

"എവിടെയാ രാജാവ് തമ്പടിച്ചിരിക്കുന്നത്?"

"ആ കാണുന്ന മലയടിവാരത്തിൽ."

ഉടനെ മൂത്ത രാജകുമാരൻ കുതിരയെ പറപ്പിച്ച് രാജാവിന്റെ കൂടാരത്തിലെത്തി. അയാൾ രാജാവിനെ വണങ്ങി.

"ആരാ നീ? എന്റെ മഞ്ഞക്കിളിയെ കട്ടത് ആരാണെന്ന് നിനക്കറിയോ?"

"ഉവ്വ്. ഞാൻ തന്നെയാണ് അതിനെ പിടിച്ചത്."

"നീ എങ്ങനെയാണ് അതിനെ പിടിച്ചത്?"

"കാട്ടിലെ ഒരു മരത്തിൽനിന്ന്."

"കള്ളക്കഥ പറയുന്നോ? ആരവിടെ? ഇവനെ പുറത്താക്ക്."

ചേട്ടൻ തിരിച്ചെത്തി വിവരം പറഞ്ഞപ്പോൾ രണ്ടാമൻ രാജാവിനെ കാണാൻ പുറപ്പെട്ടു.

"രാജാവിനെ കാണാൻ പോവുകയാ അല്ലേ?"

വഴിക്കുവെച്ച് അലാവുദ്ദീൻ ചോദിച്ചു.

"അതേ. രാജാവിന്റെ മഞ്ഞബുൾബുളിനെ പിടിച്ചുകൊണ്ടുവന്നത് ഞാനാണ്. അതിന് സമാധാനം പറയാൻ പോവുകയാണ്."

അയാൾ കൂടാരത്തിൽച്ചെന്ന് രാജാവിനെ മുഖംകാണിച്ചു.

"നീയും രാജകുമാരനാണോ? എവിടെ എന്റെ മഞ്ഞക്കിളി?"

"അതു കൊട്ടാരത്തിലുണ്ട്."

"നീ അതിനെ എങ്ങനെ പിടിച്ചെന്ന് പറ?"

"നേരം നല്ലവണ്ണം ഇരുട്ടിയിരുന്നു. കിളി കൂടണയുന്നതും നോക്കി ഞാൻ കാത്തിരുന്നു. കൂട്ടിൽ കയറിയതും ഞാനതിനെ പിടിച്ചു."

"എടാ പെരുങ്കള്ളാ, കള്ളം പറയുന്നോ? നിന്റെ നിഴൽപോലും ഈ പരിസരത്ത് കണ്ടുപോകരുത്. ഓടിക്കോ."

രാജകുമാരൻ ജീവനും കൊണ്ട് ഓടി.

"എന്റെ കിളിയെപ്പിടിച്ചവനെ കിട്ടിയില്ലെങ്കിൽ ഞാനീ നാട് കുളം കോരും." ചോചോ രാജാവ് കൽപ്പന പുറപ്പെടുവിച്ചു.

അലാവുദ്ദീൻ തന്റെ പിതാവിനെ ചെന്നുകണ്ട് ചോചോ രാജാവിന്റെ അന്ത്യശാസനത്തിന് ഉത്തരം പറയാൻ തന്നെ അനുവദിക്കണമെന്ന് അപേക്ഷിച്ചു. രാജാവ് സ്വന്തം മകനെ തിരിച്ചറിഞ്ഞില്ല. എങ്കിലും സന്ധി സംഭാഷണത്തിന് പോകാൻ അനുവാദം നൽകി. "പക്ഷേ, മഹാരാജാവേ, ഒരു കരാറുണ്ട്. ചോചോ രാജാവിനെ ഞാൻ തിരിച്ചയച്ചാൽ മൂന്നു മണിക്കൂർ നേരത്തേക്ക് കിരീടം എനിക്ക് അടിയറവയ്ക്കേണ്ടി വരും." അലാവുദ്ദീൻ മുന്നറിയിപ്പ് നൽകി.

രാജാവ് സമ്മതിച്ചു.

അലാവുദ്ദീൻ ചോചോ രാജാവിന്റെ കൂടാരത്തിലെത്തി.

"നീയും കള്ളന്മാരുടെ പരമ്പരയിൽ പെട്ടവൻതന്നെയാണ്?"

"ഞാൻ കള്ളനല്ല. പക്ഷേ, അങ്ങയുടെ കിളിയെ കട്ടത് ഞാൻതന്നെയാണ്."

"അതിനെ നിനക്കെങ്ങനെ കിട്ടിയെന്നു പറ?"

അലാവുദ്ദീൻ നടന്നതെല്ലാം വള്ളിപുള്ളി വിടാതെ വിവരിച്ചു.

"അപ്പോ നീയാണല്ലേ അലാവുദ്ദീൻ?'' രാജാവ് ആദരവോടെ ചോദിച്ചു. അലാവുദ്ദീൻ തലകുനിച്ച് വണങ്ങി.

"നീ തന്നെയാണ് ഈ സാഹസികകൃത്യങ്ങളെല്ലാം ചെയ്തത് എന്നതിന് എന്താണ് തെളിവ്?"

അലാവുദ്ദീൻ ദേവന്മാരുടെ മൂക്കും ചുണ്ടും പൊതിയഴിച്ച് കാണിച്ചു കൊടുത്തു.

രാജാവിന് സന്തോഷമായി. കിളിയെ അലാവുദ്ദീന് സമ്മാനമായി കൊടുത്തു.

"ആരവിടെ? മടക്കയാത്രയ്ക്ക് ഒരുങ്ങിക്കോളൂ." രാജാവ് കൽപ്പന പുറപ്പെടുവിച്ചു. അലാവുദ്ദീൻ രാജാവിനെ യാത്ര അയച്ചിട്ട് പിതാവിന്റെ കൊട്ടാരത്തിൽ ചെന്നു. "എന്നെ മനസിലായോ?" അവൻ രാജാവിനോട് ചോദിച്ചു.

"ഇല്ലല്ലോ. ആരാ നീ?"

"ഞാൻ അങ്ങയുടെ ഇളയ മകൻ അലാവുദ്ദീൻ."

"നീ എന്റെ പുത്രനാണെങ്കിൽ നമ്മുടെ പൂന്തോട്ടം വീണ്ടും തളിർപ്പിച്ചു തരൂ."

അലാവുദ്ദീൻ മഞ്ഞക്കിളിയുടെ അരികിൽ ചെന്നിട്ട് പറഞ്ഞു:

"പ്രിയപ്പെട്ട കിളിയേ, ഞങ്ങളുടെ പൂന്തോട്ടം വീണ്ടും തളിർപ്പിച്ചുതരൂ."

കിളി സംസാരിച്ചു തുടങ്ങിയതും തോട്ടം വീണ്ടും തളിർത്തു. പൂക്കൾ വിരിഞ്ഞു. ആപ്പിൾമരത്തിൽ ആപ്പിളുണ്ടായി. മൂന്ന് ചുവന്ന ആപ്പിൾ.

"മൂന്നു മണിക്കൂർ നേരം ഭരണം എനിക്ക് വിട്ടുതരാമെന്ന് അങ്ങ് വാക്കു പറഞ്ഞത് മറന്നോ?"

അലാവുദ്ദീൻ ഓർമിപ്പിച്ചു.

"അതേ, അതു ശരിയാണ്." രാജാവ് സമ്മതിച്ചു.

അലാവുദ്ദീൻ സിംഹാസനത്തിലിരുന്ന് സഹോദരന്മാരെ വരുത്തി. അവർ കുറ്റങ്ങളെല്ലാം ഏറ്റുപറഞ്ഞു.

"മഹാരാജാവേ, ഇവർക്ക് എന്തു ശിക്ഷയാണ് കൊടുക്കേണ്ടത്?"

"ഉചിതംപോലെ ചെയ്തോളൂ."

"അവർ എന്നെ കൊന്നില്ല. അതുകൊണ്ട് ഞാൻ അവരേയും കൊല്ലുന്നില്ല. അവരും അവരുടെ ഭാര്യമാരും നമ്മുടെ രാജ്യം വിട്ടുപോവട്ടെ."

അങ്ങനെ ചതിയന്മാരായ സഹോദരന്മാർക്ക് നാടുവിട്ട് പോകേണ്ടി വന്നു.

3

ചതിയന്റെ വിധി

ജോലി പക്ഷിപിടുത്തം. പക്ഷേ, കൈയിൽ തോക്കില്ല. അമ്പും വില്ലുമില്ല. അയാൾ ജീവിതത്തിൽ ഒരിക്കലും ഒരു പക്ഷിയെയോ മൃഗത്തെയോ കൊന്നിട്ടില്ല. ജീവനുള്ള ഒന്നിനേയും കൊല്ലാൻ അയാൾക്ക് മനസുവന്നില്ല. അമ്പെയ്യാൻ കൈയ് ഉയർത്തുമ്പോൾ ഒക്കെ വിറയലാണ്. അങ്ങനെയാണ് അയാൾ അമ്പും വില്ലും ഉപേക്ഷിച്ചത്.

ആയിരത്തൊന്ന് രാഗങ്ങൾ വായിക്കാൻ കഴിവുള്ള ഒരു ഓടക്കുഴൽ, കുതിരരോമം കൊണ്ടുണ്ടാക്കിയ ഒരു വല. ഇതാണ് അയാളുടെ ആകെയുള്ള സ്വത്ത്.

വേട്ടക്കാരൻ എന്നും കാട്ടിലെത്തും. വലവിരിച്ച് അൽപ്പം അകലെയിരുന്ന് മധുരമായ ഓടക്കുഴൽ വായിക്കും. ഓടക്കുഴലിന്റെ മധുരഗാനത്തിൽ മയങ്ങുന്ന പക്ഷികൾ വലയിൽ ചെന്നിരിക്കും. അപ്പോൾ വേട്ടക്കാരൻ വല മുറുക്കും. പക്ഷികൾ വലയിൽ കുടുങ്ങുകയും ചെയ്യും. പിടിച്ച പക്ഷികളെ അയാൾ കൂട്ടിലിട്ട് വളർത്തും. അവയ്ക്ക് തിന്നാൻ അരിയും വെള്ളവും കൊടുക്കും. പണത്തിന് വല്ലാതെ മുട്ടു വരുമ്പോൾ മാത്രം അതിൽ ചിലതിനെ വിൽക്കും.

വേട്ടക്കാരന് ഭാര്യയും ഒരു മകനും ഉണ്ടായിരുന്നു. മകന്റെ പേർ ഇബ്രാഹിം. പക്ഷേ, പാവം ഇബ്രാഹിം ചെറുപ്പത്തിലേ അനാഥനായി. പെട്ടെന്ന് ഒരുദിവസം യാതൊരു മുന്നറിയിപ്പുമില്ലാതെ വേട്ടക്കാരൻ മരിച്ചു. എന്നത്തെയും പോലെ കാട്ടിലേക്കിറങ്ങിയതാണ്. വഴിയിൽവെച്ച് തല ചുറ്റി. മടങ്ങി വീട്ടിലെത്തുന്നതിനു മുമ്പ് മരിച്ചുവീണു.

ഇബ്രാഹിമും ഉമ്മയും കാൽക്കാശിന് ഗതിയില്ലാത്തവരായി. അന്നന്നത്തെ ആഹാരത്തിനുപോലും വഴിയില്ല.

ഇബ്രാഹിം ചെറുപ്പത്തിലേ ക്ഷമാശീലനും മനക്കരുത്തുള്ളവനും ആയിരുന്നു. ഉമ്മയും അവനും പട്ടിണി കിടന്ന് വലഞ്ഞിട്ടും ബാപ്പയുടെ ഓടക്കുഴലും വലയും വിൽക്കാൻ ഇബ്രാഹിം തയാറായില്ല.

മാസങ്ങളും വർഷങ്ങളും കടന്നുപോയി. അനാഥനായ ഇബ്രാഹിം എന്നാണ് അവനെ നാട്ടുകാർ വിളിച്ചിരുന്നത്. എല്ലാ പണികളിലും അവൻ ഉമ്മയെ സഹായിക്കും. കാട്ടിൽനിന്ന് വിറകുവെട്ടി ചന്തയിൽ കൊണ്ടുപോയി വിൽക്കും. എന്നും അർധപട്ടിണി. അവൻ എന്നും കാട്ടിൽചെന്ന് ബാപ്പ ഓടക്കുഴൽ വായിക്കാറുണ്ടായിരുന്ന സ്ഥലത്ത് കുറച്ചുനേരം ഇരിക്കുക പതിവായിരുന്നു.

ഇബ്രാഹിമിന് പതിനഞ്ച് തികഞ്ഞപ്പോൾ അവൻ ഉമ്മയോട് പറഞ്ഞു: "ഞാനിപ്പോൾ കുട്ടിയൊന്നുമല്ല. ഇനിയും നിങ്ങളെ പട്ടിണിക്കിടുന്നത് ശരിയല്ല. നാളെമുതൽ ഞാൻ ബാപ്പയുടെ വലയും കുഴലുമായി കാട്ടിലേക്ക് പോവുകയാണ്."

ഉമ്മയ്ക്ക് ഇബ്രാഹിമിനെ നന്നായിട്ടറിയാം. ഒരു തീരുമാനമെടുത്താൽ പിന്മാറുന്നവനല്ല അവൻ. ബാപ്പ ചെന്നിരിക്കാറുള്ള കാട്ടിലെ ഓരോ മുക്കും മൂലയും അവനറിയാം. അവൾ വലയും ഓടക്കുഴലും മകന് കൊടുത്തു.

പിറ്റേദിവസം പുലർച്ചെ ഇബ്രാഹിം കാട്ടിലേക്ക് പുറപ്പെട്ടു. കാട്ടിലെ ഓരോ മരവും ഓരോ ചെടിയും ഓരോ പൂവും അവന് സുപരിചിതമാണ്. കാട്ടിൽ വഴിയറിയാതെ വിഷമിക്കുമെന്ന ഭയമൊന്നും അവനില്ലായിരുന്നു. അവൻ വലവിരിച്ച് ഓടക്കുഴൽ വായിക്കാനിരുന്നു. ഒരൊറ്റ പക്ഷിപോലും തിരിഞ്ഞുനോക്കിയില്ല. നേരമിരുട്ടിയപ്പോൾ ഇബ്രാഹിം വീട്ടിലേക്ക് മടങ്ങി.

അവന്റെ ഉമ്മ പ്രതീക്ഷിച്ചതും അതുതന്നെയായിരുന്നു. ഒരു ദിവസം കൊണ്ട് പഠിക്കുന്ന പണിയൊന്നുമല്ല പക്ഷിപിടുത്തം. കാട്ടിൽ ഒരുപാട് അലഞ്ഞു നടക്കണം. ഓടക്കുഴൽ വായിച്ച് ശീലം വേണം. ഓടക്കുഴലിന്റെ മധുരഗീതം പക്ഷികളെ ആകർഷിക്കണം. ഇബ്രാഹിം ദൂരെനിന്ന് വരുന്നത് കണ്ടപ്പോൾ അവൾ പലകയിട്ട് ഭക്ഷണവുമായി കാത്തിരുന്നു. ചോറുവിളമ്പുമ്പോൾ അവൾ പറഞ്ഞു:

"നിന്റെ ബാപ്പ ഈ തൊഴിൽ ഒരു ദിവസം കൊണ്ട് പഠിച്ചതല്ല. ആദ്യകാലത്ത് ദിവസങ്ങളോളം കാട്ടിൽ അലഞ്ഞുതിരിഞ്ഞാലും ഒരു പൂമ്പാറ്റയെപ്പോലും കിട്ടാറില്ലായിരുന്നു. കുറേ കാലം കഴിഞ്ഞപ്പോൾ, എവിടെ എങ്ങനെ വല വിരിച്ചിരുന്നാൽ പക്ഷികളെ കിട്ടുമെന്ന് അദ്ദേഹം മനസിലാക്കി. എന്നിട്ടും ആദ്യകാലങ്ങളിൽ ഒന്നോ രണ്ടോ കിളികളെ മാത്രമേ കിട്ടുമായിരുന്നുള്ളൂ."

ഉമ്മയുടെ വാക്കുകൾ ഇബ്രാഹിമിനെ കുറച്ചൊന്നുമല്ല ആശ്വസിപ്പിച്ചത്. ലക്ഷ്യം കണ്ടെത്തുന്നതുവരെ പ്രയത്നിക്കുക. അവൻ നിശ്ചയിച്ചു.

ദിവസങ്ങളും ആഴ്ചകളും കടന്നുപോയി. ഓടക്കുഴൽ വായിക്കാനും വലവിരിക്കാനും വൃക്ഷത്തണലിൽ മറഞ്ഞിരിക്കാനും ഇബ്രാഹിം പഠിച്ചു.

ഒരു ദിവസം അപൂർവഭംഗിയുള്ള ഒരു പക്ഷി ഇബ്രാഹിമിന്റെ ഗാനത്തിൽ ആകൃഷ്ടയായി വലയിൽ കുടുങ്ങി. അതിന്റെ ചിറകുകൾക്ക് മഴവില്ലിന്റെ നിറമായിരുന്നു. ഇബ്രാഹിമിന്റെ മനസ്സ് കുളിർത്തു. അവൻ പക്ഷിയെ വീട്ടിൽ കൊണ്ടുവന്നു കൂട്ടിലടച്ചു. പിറ്റേദിവസം രാവിലെ നോക്കുമ്പോൾ കൂട്ടിൽ പലനിറത്തിലുള്ള ഒരു മുട്ട. ഇബ്രാഹിം മുട്ടയുമായി അങ്ങാടിയിലെത്തി.

അങ്ങാടിയിൽ ചതിയനും സൂത്രശാലിയുമായ ഒരു കച്ചവടക്കാരനുണ്ടായിരുന്നു. പാവങ്ങളെ ചതിക്കുക — അതാണ് അയാളുടെ പ്രധാന തൊഴിൽ. അയാൾ വാങ്ങുന്ന സാധനങ്ങൾക്ക് വിലയിടിച്ച് കാണിക്കും. വിൽക്കുന്നതിനാകട്ടെ തീവിലയും. ഇബ്രാഹിമിന്റെ കൈയിൽ മുട്ട കണ്ടപ്പോൾ കച്ചവടക്കാരൻ കൈമുട്ടി വിളിച്ചു. "എടാ അനാഥച്ചെറുക്കാ, എന്താ നിന്റെ കൈയിൽ? മുട്ടയോ? വിൽക്കുന്നോ?"

ഇബ്രാഹിമിന് അയാളെ നന്നായിട്ടറിയാം. അതുകൊണ്ടുതന്നെ വലിയൊരു തുക ചോദിച്ചു. ഇബ്രാഹിമിനെ അത്ഭുതപ്പെടുത്തിക്കൊണ്ട് ചോദിച്ച വിലയ്ക്ക് അയാൾ മുട്ട വാങ്ങി. അത്യാവശ്യ സാധനങ്ങളും വാങ്ങി ഇഹ്റാഹിം വീട്ടിലേക്കു മടങ്ങി.

രണ്ടുദിവസം കഴിഞ്ഞപ്പോൾ കൂട്ടിൽ വീണ്ടും ഒരു മുട്ട. ഇബ്രാഹിം അതും അങ്ങാടിയിലെ ചതിയൻ കച്ചവടക്കാരന് വിറ്റു. എന്നും പക്ഷി ഓരോ മുട്ടയിടും. ഇബ്രാഹിം അതു വിറ്റ് അന്നന്നത്തേടം കഴിയും.

പറയുന്ന വിലയ്ക്കാണ് കച്ചവടക്കാരൻ മുട്ട വാങ്ങുന്നത്. തീർച്ചയായും അയാൾക്കതിൽ പത്തിരട്ടി ലാഭം കിട്ടുന്നുണ്ടാകും. ഇബ്രാഹിമിന് തോന്നി. കച്ചവടക്കാരനെ രഹസ്യമായി പിന്തുടരാൻ അവൻ തീരുമാനിച്ചു. അവന് കണ്ണുകളെ വിശ്വസിക്കാനായില്ല. തന്നോട് വാങ്ങിയതിന്റെ പത്തിരട്ടി വിലയ്ക്ക് അയാൾ പാദുഷയ്ക്ക് മുട്ട വിൽക്കുന്നു.

മുട്ട ഞാൻ തന്നെ പാദുഷയ്ക്ക് വിറ്റാലെന്താ? ഇബ്രാഹിം വിചാരിച്ചു. അവൻ മുട്ട നേരിട്ട് പാദുഷയ്ക്ക് വിൽക്കാൻ തുടങ്ങി. ചതിയനായ കച്ചവടക്കാരന് അസൂയ സഹിക്കാനായില്ല. ഇബ്രാഹിമിനോട് പകരം വീട്ടാൻ അയാൾ അവസരം പാർത്തിരുന്നു. അയാൾ ഒരിക്കൽ സമ്മാനങ്ങളുമായി പാദുഷയെ മുഖം കാണിച്ചിട്ട് പറഞ്ഞു:

"അങ്ങേയ്ക്ക് സമാധാനമുണ്ടാകട്ടെ. അനാഥനായ ഇബ്രാഹിം അങ്ങയെ ചതിക്കുകയാണ്. മുട്ടയ്ക്ക് അമിതമായ വിലയാണ് അവൻ വസൂലാക്കുന്നത്. ആ മുട്ടകൊണ്ട് അങ്ങേക്കെന്താ പ്രയോജനം? ഇബ്രാഹിമിന്റെ കൈയിൽ അസാധാരണമായൊരു പക്ഷിയുണ്ട്. അതിന്റെ മുട്ടയാണത്. ആ പക്ഷിയെ അങ്ങ് വാങ്ങണം. എന്നാൽ അങ്ങേക്ക് ദിവസവും മുട്ട വിലകൊടുത്ത് വാങ്ങേണ്ടല്ലോ."

"അക്കാര്യം ഞാനോർത്തതേയില്ല. ഞാനിവിടത്തെ പാദുഷ. ഇബ്രാഹിമാകട്ടെ, വെറുമൊരു പക്ഷിപിടുത്തക്കാരനും. മാന്ത്രികപ്പക്ഷി എനിക്കവകാശപ്പെട്ടതാണ്. ആരവിടെ? ഇബ്രാഹിമിനെ ഉടൻ കൊണ്ടുവാ."

ഇബ്രാഹിമെത്തി.

"നിന്റെ വീട്ടിലുള്ള പക്ഷിയെ ഉടൻ കൊട്ടാരത്തിലെത്തിക്ക്."

തിരുവായ്ക്ക് എതിർവായുണ്ടോ? ഇബ്രാഹിം അനുസരിച്ചു. അവന് വീണ്ടും പട്ടിണിതന്നെ ശരണം.

ചതിയൻ കച്ചവടക്കാരന്റെ സൂത്രം ഇബ്രാഹിമിന് മനസിലായി. വിഡ്ഢിയായ പാദുഷ ചതിയന്റെ വാക്കുകേട്ട് ഇളകിയതാണ്. പാദുഷയ്ക്കെന്തിനാ പക്ഷി? ഇനി അവനെന്തു ചെയ്യും? പാദുഷയെ ധിക്കരിച്ചാൽ അവനും ഉമ്മയും കഷ്ടത്തിലാകും. അതുകൊണ്ടാണ് അവൻ ഒന്നും മിണ്ടാതെ അനുസരിച്ചത്.

ദുരാഗ്രഹിയായ കച്ചവടക്കാരന് സന്തോഷമായി. പക്ഷേ, ഇബ്രാഹിം നിരാശനായില്ല. അവൻ കുഴലും വലയുമായി കാട്ടിലെത്തി. അപ്പോഴേക്കും അവൻ അതിമധുരമായി കുഴൽ വായിക്കാൻ പഠിച്ചിരുന്നു. അവന്റെ കുഴൽവിളികേട്ട് പലതരം പക്ഷികളെത്തി. രാപ്പാടികളും മൈനയും മറ്റു പലതരം പക്ഷികളും അവന്റെ വലയിൽ കുടുങ്ങി. പക്ഷികളെ വിറ്റ് അവനും ഉമ്മയും ഒരുവിധം സുഖമായി കഴിഞ്ഞുകൂടി.

പക്ഷി പിടുത്തക്കാരൻ ഇബ്രാഹിമിന്റെ പേര് നാടെങ്ങും അറിയപ്പെട്ടു. പക്ഷികളെ വളർത്താൻ ആഗ്രഹിക്കുന്നവർ ഇബ്രാഹിമിനെ ചെന്നുകാണും. നല്ല വിലയ്ക്ക് പക്ഷികളെ വാങ്ങിക്കൊണ്ടു പോവുകയും ചെയ്യും. അതോടെ ചുളുവിലയ്ക്ക് ഇബ്രാഹിമിന്റെ പക്ഷികളെ തട്ടാമെന്നുള്ള ചതിയൻ കച്ചവടക്കാരന്റെ മോഹം വെറുതെയായി. ഇബ്രാഹിം അയാളെ തീർത്തും അവഗണിച്ചു. ഒറ്റപ്പക്ഷിയെപ്പോലും അയാൾക്ക് വിറ്റതുമില്ല.

പണത്തിനുവേണ്ടി എന്തും ചെയ്യാൻ ചതിയന് മടിയുണ്ടായിരുന്നില്ല. പണത്തിനുവേണ്ടി ആളെ കൊല്ലാനും തല്ലാനും കളങ്കപ്പെടുത്താനും അയാൾ തയാർ. ഇബ്രാഹിമിന്റെ വളർച്ച അയാൾക്ക് സഹിക്കാനായില്ല.

ഒരു ദിവസം അയാൾ വീണ്ടും പാദുഷയെ കാണാൻ ചെന്നിട്ട് പറഞ്ഞു:

"പാദുഷ നീണാൾ വാഴട്ടെ! ഒറ്റയ്ക്കായതു കാരണം അങ്ങയുടെ പക്ഷി വല്ലാതെ ദുഃഖിക്കുന്നുണ്ടാകണം. അതിനൊരു ഇണക്കിളിയെ കൊണ്ടുവരാൻ അങ്ങ് അനാഥനായ ഇബ്രാഹിമിനോട് കൽപ്പിച്ചാലും."

"ഞാനെന്താ ഇതിനെക്കുറിച്ച് ഇതുവരെ ചിന്തിക്കാതിരുന്നത്? ആരവിടെ? ഇബ്രാഹിമിനെ വിളിപ്പിക്ക്."

വിഡ്ഢിയായ പാദുഷ ഉടൻ ആജ്ഞ പുറപ്പെടുവിച്ചു.

പാദുഷയുടെ ആജ്ഞ കേട്ട് ഇബ്രാഹിം വിറച്ചു. അതുപോലൊരു പക്ഷിയെ എവിടന്നു കിട്ടും? ഇബ്രാഹിം പറഞ്ഞതൊന്നും കേൾക്കാൻ പാദുഷ തയാറായില്ല.

"എനിക്കൊന്നും കേൾക്കണ്ട. നാൽപ്പത് ദിവസത്തിനകം എന്റെ കിളിക്ക് ഒരിണയെ കൊണ്ടുവന്നില്ലെങ്കിൽ നിന്റെ തല കഴുത്തിൽ കാണില്ല. ഓർമിച്ചോ."

ആകെ തളർന്ന ഇബ്രാഹിം വീട്ടിലെത്തി. ഉമ്മയെ വിഷമിപ്പിക്കേണ്ടെന്നു കരുതി അവരോട് ഒന്നും മിണ്ടിയില്ല. ഓടക്കുഴലും വലയുമായി അവൻ കാട്ടിലേക്ക് തിരിച്ചു.

ദിവസങ്ങൾ കടന്നുപോയി. ഇബ്രാഹിം രാവെന്നും പകലെന്നുമില്ലാതെ കാട്ടിൽ അലഞ്ഞു. അവന്റെ മനോധൈര്യത്തെ സമ്മതിച്ചേ തീരൂ. അവൻ ഒട്ടും നിരാശനാകാതെ തന്റെ പ്രവൃത്തിയിൽ മുഴുകി. അവസാനം അവന് പാദുഷയുടെ കിളിക്ക് ഇണയെ കിട്ടുക തന്നെ ചെയ്തു. അവൻ കിളിയുമായി കൊട്ടാരത്തിലെത്തി. പാദുഷ കിളിയെക്കണ്ട് സന്തോഷിച്ചു. സമ്മാനമായി ഇബ്രാഹിമിന് ഒരു ഇരുമ്പുനാണയം പോലും കൊടുത്തില്ല.

പാദുഷയും ചതിയൻ കച്ചവടക്കാരനും ഒരേ ജനുസ്സ് തന്നെ. ചക്കയ്ക്കൊത്ത കൂട. ഇബ്രാഹിം കരുതി. ഒരു വ്യത്യാസമുണ്ട്. കച്ചവടക്കാരൻ മഹാകള്ളൻ. പാദുഷയാകട്ടെ പമ്പര വിഡ്ഢിയും.

ഇബ്രാഹിമിന്റെ വിജയം കച്ചവടക്കാരന് സഹിക്കാനായില്ല. ബുദ്ധിമാനും സ്ഥിരോത്സാഹിയുമായ ഇബ്രാഹിമിനെ ചതിക്കാൻ ഒരവസരത്തിനു വേണ്ടി അയാൾ കാത്തിരുന്നു. ഇബ്രാഹിമിനെ അയാൾക്ക് പേടിയായിരുന്നു. അതുകൊണ്ടുതന്നെ അവനുമായുള്ള കണക്കുകൾ അപ്പപ്പോൾ തീർക്കും. പാദുഷയുടെ കിളിക്ക് ഒരിണയെ ഇബ്രാഹിമിന് പിടിക്കാനാവുമെന്ന് അയാൾ സ്വപ്നത്തിൽപ്പോലും കരുതിയതല്ല. ഇബ്രാഹിമിന്റെ തല പോയതുതന്നെ എന്നു കരുതി സന്തോഷിച്ചിരിക്കുകയായിരുന്നു. ചതിയൻ. ഇബ്രാഹിം ഇതാ സുഖമായി തിരിച്ചെത്തിയിരിക്കുന്നു! അതുകണ്ട് മിണ്ടാതിരിക്കുന്നവനല്ല ചതിയൻ. അയാൾ വീണ്ടും പാദുഷയെ കാണാൻ ചെന്നു.

''ചക്രവർത്തി നീണാൾ വാഴട്ടെ.'' ഇബ്രാഹിം കൊണ്ടുവന്ന പക്ഷിക്ക് വിചിത്രമായ ഒരാഗ്രഹമുണ്ടത്രേ! ബുദ്ധിമാന്മാർ പറഞ്ഞുകേട്ടതാണ്."

"എന്താണത്? പറയൂ?" പാദുഷ ആജ്ഞാപിച്ചു.

"ഇവിടന്നു വളരെ വളരെ ദൂരെ ദേവന്മാർ വളർത്തുന്ന തോട്ടമുണ്ട്. അതിൽ നിറയെ ഔഷധഗുണമുള്ള ചെടികളാണ്. അവിടെ ഒരു പ്രത്യേകതരം പൂവുണ്ട്. ആണ്ടിലൊരിക്കലെങ്കിലും ആ പൂവ് മണക്കാൻ കഴിഞ്ഞില്ലെങ്കിൽ അങ്ങയുടെ പക്ഷി ആധിപിടിച്ച് ചത്തുപോകും."

"പക്ഷേ, ആ പൂവ് എവിടന്ന് കിട്ടും? ആ തോട്ടം ദേവന്മാരുടേതാണെന്ന് നീ തന്നെയല്ലേ പറഞ്ഞത്. അവർ അമാനുഷ ശക്തിയുള്ളവരാ. അങ്ങോട്ടു പോകാൻ ധൈര്യമുള്ളവർ ആരുണ്ട്? ചെന്നാൽ തന്നെ തോട്ടത്തിന്റെ ഉടമസ്ഥൻ അവനെ വെറുതെ വിടുമോ?"

"ചക്രവർത്തിക്ക് നന്മയുണ്ടാവട്ടെ! അതിനു പറ്റിയ ഒരാളെ ഞാൻ കണ്ടുവെച്ചിട്ടുണ്ട്. നമ്മുടെ പക്ഷിപിടുത്തക്കാരൻ ഇബ്രാഹിം അവനെ ഉടനെ വിളിപ്പിച്ച് പൂവ് കൊണ്ടുവരാൻ അയച്ചാലും."

പാദുഷ വിളിക്കുന്നെന്നറിഞ്ഞ് ഇബ്രാഹിമിന്റെ ചങ്ക് പടപടാ പെടച്ചു. എന്തു കൊസ്രാക്കൊള്ളിയാണാവോ കൽപ്പിക്കുക!

"അങ്ങെവിടെയോ ദേവതമാരുടെ ഒരു പൂന്തോട്ടമുണ്ടത്രെ. അവിടെ ആണ്ടിലൊരിക്കൽ പൂക്കുന്ന പൂവുണ്ട്. നീ ചെന്ന് ആ പൂവ് പറിച്ചുകൊണ്ടുവരണം. അല്ലെങ്കിൽ എന്റെ പക്ഷികൾ ചത്തുപോകും."

"പാദുഷ നീണാൾ വാഴട്ടെ! ഇങ്ങനെ കൽപ്പിക്കുന്നത് കഷ്ടമാണ്. എന്റെ കിളിയെ അങ്ങേക്ക് വേണമെന്ന് പറഞ്ഞു. ഞാൻ തന്നു. പിന്നീട് അതിനൊരു ഇണയെ വേണമെന്നായി. കാട്ടിൽ മാസങ്ങളോളം അലഞ്ഞുതിരിഞ്ഞിട്ടാണ് എനിക്കും അതുപോലൊന്നിനെ കിട്ടിയത്. അങ്ങയുടെ ഏതാജ്ഞയും അനുസരിക്കാൻ ഞാൻ ഒരുക്കമാണ്. പക്ഷേ, അങ്ങു പറഞ്ഞ ഈ തോട്ടം എവിടെയാണെന്ന് എനിക്കറിയില്ലല്ലോ."

"അറിയില്ലെങ്കിൽ അന്വേഷിച്ച് കണ്ടുപിടിക്കണം. ആ കച്ചവടക്കാരനോട് ചെന്ന് ചോദിക്ക്. അയാൾക്ക് അറിയാമായിരിക്കും."

"അതേ, ഇതും ആ കള്ളന്റെ പുതിയ സൂത്രം തന്നെ" ഇബ്രാഹിം കരുതി.

"ആ കച്ചവടക്കാരന് വഴി അറിയാമെങ്കിൽ അവനെത്തന്നെ അയയ്ക്കുകയല്ലേ ബുദ്ധി?" ഇബ്രാഹിം ചോദിച്ചു.

"അത് ശരിയാവില്ല. നിനക്കു മാത്രമേ ആ ദേവന്മാരോട് പോരാടാൻ ശക്തിയുള്ളു എന്നാണ് കച്ചവടക്കാരൻ പറഞ്ഞത്."

"ഞാൻ വളരെ ചെറുപ്പം. ദേവന്മാരെ എതിർത്തു തോൽപ്പിക്കാനുള്ള കഴിവൊന്നും എനിക്കില്ല. ഞാൻ യോദ്ധാവല്ല. ഒരു പാവം പക്ഷിപിടുത്തക്കാരനാണ്. എന്നെ കണ്ടാലുടൻ ദേവന്മാർ എന്റെ കഥ കഴിക്കും."

ഇബ്രാഹിം അപേക്ഷിച്ചുനോക്കി.

"നീ ചാവുകയാണെങ്കിൽ ചാവട്ടെ. എനിക്കത് പ്രശ്നമല്ല. നീ കാരണം എന്റെ പക്ഷികളെ മരിക്കാൻ വിടുകയോ? സാധ്യമല്ല."

ഇബ്രാഹിം വീണ്ടും എന്തോ പറയാൻ ഭാവിച്ചതും പാദുഷ ആക്രോശിച്ചു.

"എടാ അനാഥച്ചെറുക്കാ, നീയിനി ഒരക്ഷരം മിണ്ടരുത്. ഞാൻ നിനക്ക് നാൽപ്പതു ദിവസത്തെ അവധി തരുന്നു. നാൽപ്പത്തിഒന്നാം ദിവസം വൈകുന്നേരം പൂവ് ഇവിടെ എത്തിയില്ലെങ്കിൽ നിന്റെ തല ഞാൻ അറുക്കും."

"ദേവന്മാർ എന്നെ കൊന്നാലോ?"

"അതൊന്നും എനിക്ക് അറിയണ്ട. ദേവന്മാർ നിന്നെ കൊല്ലുകയും, നിനക്കു പൂവ് കൊണ്ടുവരാൻ സാധിക്കുകയും ചെയ്തില്ലെങ്കിൽ അവർ ഉപേക്ഷിക്കുന്ന നിന്റെ ശവം ഞാൻ കൊത്തിനുറുക്കി കഴുകന്മാർക്ക് എറിഞ്ഞുകൊടുക്കും. നിന്റെ തല ഞാൻ അങ്ങാടിയിൽ കെട്ടിത്തൂക്കും. ഇനിയും നീ എന്തെങ്കിലും എതിരു പറയുകയാണെങ്കിൽ ഇതാ ഈ നിമിഷം നിന്റെ തല ഞാൻ വെട്ടും."

ഈ വിഡ്ഢിയാനോട് തർക്കിച്ചിട്ട് യാതൊരു കാര്യവുമില്ലെന്ന് ഇബ്രാഹിമിന് മനസിലായി. വെറുതെ അതുമിതും പറഞ്ഞ് അയാളുടെ

അപ്രീതി സമ്പാദിക്കുന്നതിൽ ഒരർഥവുമില്ല. അവൻ ദുഃഖിതനായി വീട്ടിൽ തിരിച്ചെത്തി.

തിരിച്ചും മറിച്ചും ആലോചിച്ചിട്ടും എത്തും പിടിയും കിട്ടിയില്ല. മുതിർന്ന ആരോടെങ്കിലും അഭിപ്രായം ചോദിച്ചു നോക്കാം. ഒടുക്കം അവൻ തീരുമാനിച്ചു.

അങ്ങാടിയിൽ ഒരു വയോവൃദ്ധൻ താമസിച്ചിരുന്നു. ലോകം മുഴുവൻ ചുറ്റി സഞ്ചരിച്ച ആളായിരുന്നു അദ്ദേഹം. നല്ലവനും ബുദ്ധിമാനുമായ അയാളെ നാട്ടുകാർ സ്നേഹിക്കുകയും ബഹുമാനിക്കുകയും ചെയ്തിരുന്നു.

ഇബ്രാഹിം അവിടെച്ചെന്ന് വിവരമെല്ലാം പറഞ്ഞു. വിവരം കേട്ട് വൃദ്ധൻ പറഞ്ഞു: "ഇതെല്ലാം ആ കച്ചവടക്കാരന്റെ പണിയാണ്. നീ മുട്ട കൊടുക്കുന്നത് നിർത്തിയതുമുതൽ അയാൾ നിന്നോട് പകരംവീട്ടാൻ കാത്തിരിക്കുകയാണ്. ഒരു ചെമ്പുകാശിനുവേണ്ടി ആളെ കൊല്ലാനും അവന് മടിയില്ല."

"അതെല്ലാം എനിക്കും അറിയാം. പക്ഷേ, ഇപ്പോ ഞാൻ എവിടെ ച്ചെന്നാണ് പൂവ് കൊണ്ടുവരിക?"

"അത്തരം ഒരു പൂവിനെക്കുറിച്ച് ഞാനും കേട്ടിട്ടുണ്ട്. നീ പിടിച്ച തരം പക്ഷികൾ ഈ പൂക്കൾ വളരുന്ന തോട്ടത്തിലാണത്രെ പാർക്കുന്നത്. വേറെ വല്ലിടത്തേക്കും പറന്നുപോയാലും ശരത്കാലമാകുമ്പോൾ അവരീ തോട്ടത്തിൽ തിരിച്ചെത്തുമത്രെ. കച്ചവടക്കാരൻ പറഞ്ഞതെല്ലാം നേരുതന്നെയാണ്."

"ഇനിയിപ്പോൾ ഞാനെന്ത് ചെയ്യും?"

"ആ തോട്ടത്തിന് ആകെ ഒരു വാതിലേ ഉള്ളൂ. അതു തുറക്കണമെങ്കിൽ അതിന്റെ ഉടമസ്ഥൻ തന്നെ വരണം."

"അത് ഞാൻ തുറന്നോളാം. തോട്ടം എവിടെയാണെന്ന് പറഞ്ഞുതന്നാൽ മതി."

അപ്പൂപ്പൻ തോട്ടത്തിലേക്കുള്ള വഴി പറഞ്ഞുകൊടുത്തിട്ട് ഉപദേശിച്ചു:

"നിന്നെപ്പോലെ ഒരുപാടുപേർ മുമ്പും ഈ പൂവന്വേഷിച്ചു പോയിരുന്നു. പക്ഷേ, അവരാരും ജീവനോടെ തിരിച്ചുവന്നിട്ടില്ല. ശക്തനായ ദേവനോട് മല്ലിടാനുള്ള കരുത്ത് നിനക്കുണ്ടോ? ദേവന്റെ കണ്ണിൽപ്പെടാതെ അകത്തു കയറാൻ ശ്രമിക്കുക. അതിന് സാധിച്ചാൽ നീ രക്ഷപ്പെട്ടു. അല്ലെങ്കിൽ മരിച്ചതുതന്നെ."

"അങ്ങു പറഞ്ഞതെല്ലാം ഓർമവെച്ചോളാം." അവൻ നന്ദിപറഞ്ഞ് വീട്ടിലെത്തി. ഉമ്മയെ വിളിച്ചു പറഞ്ഞു: "ഞാൻ ഒരു മാസത്തെ യാത്ര പുറപ്പെടുകയാണ്. വഴിക്ക് തിന്നാനെന്തെങ്കിലും വേണം."

എല്ലാ ഒരുക്കങ്ങളും പൂർത്തിയായപ്പോൾ ഇബ്രാഹിം യാത്ര തിരിച്ചു. അവൻ രാവെന്നും പകലെന്നുമില്ലാതെ നടന്നു. എത്ര ദൂരം നടന്നെന്ന്

അവനുപോലും രൂപമില്ല. അവസാനം അവൻ ദേവന്റെ പൂന്തോട്ടത്തിനടുത്തെത്തി. തോട്ടത്തിനു ചുറ്റും മാനം മുട്ടുന്ന മതിൽ. ഇബ്രാഹിം അകത്തേക്കുള്ള വാതിൽ അന്വേഷിച്ചു ചുറ്റും നടന്നു.

ഒരാഴ്ച ചുറ്റിത്തിരിഞ്ഞിട്ടും വാതിൽ കണ്ടില്ല. കുറ്റിച്ചെടികൾ വെട്ടിമാറ്റിയും പുല്ലരിഞ്ഞും അവൻ ശ്രമം തുടർന്നു. അവസാനം അവൻ വാതിൽ കണ്ടു. ഊക്കൻപാറ കൊണ്ടുള്ള കവാടം. തടിയൻ രാക്ഷസനുപോലും ഉന്തിനീക്കാൻ പറ്റാത്ത പാറക്കെട്ടുകൾ.

തളർന്നവശനായ ഇബ്രാഹിം കവാടത്തിനരികിൽ ഇരുന്നു. ക്ഷീണം കൊണ്ടാകാം അവൻ മയങ്ങിപ്പോയി.

ഭയങ്കരമായ ഇടിമുഴക്കം കേട്ട് ഇബ്രാഹിം ഞെട്ടി ഉണർന്നു. പാടത്തുനിന്നു കേട്ട അലർച്ച ക്രമേണ അടുത്തെത്തി. ദേവൻ ഇടയ്ക്ക് നായാട്ടിന് പോകാറുണ്ട് എന്ന് അപ്പൂപ്പൻ പറഞ്ഞത് ഇബ്രാഹിമിന് ഓർമ വന്നു.

“തീർച്ചയായും ദേവൻ നായാട്ടു കഴിഞ്ഞു വരികയാണ്. അവന്റെ കണ്ണിൽപ്പെടാതെ നോക്കണം.” ഇബ്രാഹിം വിചാരിച്ചു.

പക്ഷേ, ഒളിക്കാൻ സമയം കിട്ടിയില്ല. ഒരു കൂറ്റൻ പാറക്കെട്ട് ഉരുണ്ടുവരുന്നതു കണ്ട് ഇബ്രാഹിം വല്ലാതെ അമ്പരന്നു. പെട്ടെന്നുതന്നെ അവൻ സമനില വീണ്ടെടുത്തു. ബുദ്ധിപൂർവം പ്രവർത്തിച്ചാലേ രക്ഷയുള്ളൂ. അപ്പൂപ്പന്റെ വാക്കുകൾ അവൻ ഒരിക്കൽക്കൂടി ഓർത്തു. “ദേവന്റെ കണ്ണിൽപ്പെടാതെ നോക്കിക്കോ. എന്നാൽ നീ രക്ഷപ്പെട്ടു.”

അവൻ പക്ഷിവേട്ടക്കാരൻ. ഒളിക്കാനും മറയാനും അവനെ ആരും പഠിപ്പിക്കണ്ട. അവൻ പെട്ടെന്ന് കുറ്റിക്കാട്ടിൽ മറഞ്ഞു. തൊട്ടടുത്തു കൂടി ഭീമൻ പോകുന്നത് കണ്ടപ്പോൾ ഇബ്രാഹിമിന് ശ്വാസം നിലച്ചു. അവൻ ശ്വാസമടക്കി ഇരുന്നു. കവാടം തുറന്ന് ദേവൻ അകത്തുകയറിയപ്പോൾ ഒച്ചിനെപ്പോലെ ഇഴഞ്ഞ് അവനും പിന്നാലെ ചെന്നു. അകത്തു കടന്നപ്പോൾ അവൻ വലിയൊരു മരത്തിനു പിന്നിൽ മറഞ്ഞിരുന്നു. ദേവൻ വീട്ടിനകത്തു കയറി വാതിലടയ്ക്കുന്നത് കണ്ടപ്പോൾ അവന്റെ ശ്വാസം നേരെ വീണു. അവൻ അവിടമെല്ലാം ചുറ്റി നടന്നു. ഹാ! എന്തൊരു ഭംഗി! ഇതു തോട്ടമോ അതോ സ്വർഗലോകമോ? എങ്ങും പല വർണങ്ങളിലുള്ള പൂക്കൾ. കാറ്റിന് പരിമളം. കുണുങ്ങി കുണുങ്ങി ഒഴുകുന്ന കാട്ടാറ്. രാപ്പാടികളുടെ മധുരഗാനം! തീർച്ചയായും ഇതൊരു സാധാരണ തോട്ടമല്ല.

രാത്രി അവൻ ഒരു മരത്തണലിൽ ഉറങ്ങി. രാവിലെ ദേവൻ പുറത്തേക്കിറങ്ങുന്നതു കണ്ട് അവൻ ഭാഗ്യപരീക്ഷണത്തിന് ഇറങ്ങി.

എന്തുമാത്രം പക്ഷികൾ! പല നിറങ്ങളിലുള്ളവ. അക്കൂട്ടത്തിൽ അവൻ പാദുഷയ്ക്ക് കൊടുത്തതുപോലുള്ളവയും ഉണ്ട്. എങ്ങും വിരിഞ്ഞുനിൽക്കുന്ന പൂക്കൾ. അതിൽ ഏതാണ് അവനുവേണ്ട പൂവ്?

നടന്നുനടന്ന് അവസാനം അവൻ ദേവന്റെ കൊട്ടാരത്തിലെത്തി. വാതിൽ തുറന്നുകിടന്നിരുന്നു. അവൻ അകത്തേക്ക് ചെന്നു. എണ്ണിയാ

ലൊടുങ്ങാത്ത മുറികൾ. ഓരോന്നും കണ്ണഞ്ചിപ്പിക്കുന്നവ. മുറിയിലൊന്നും ആരുമില്ല. ഏറ്റവും ഒടുവിലത്തെ മുറിയിലെത്തിയപ്പോൾ അവനൊരു തേങ്ങൽ കേട്ടു. അവൻ കാതോർത്തു. തറയിൽ വിരിച്ച പരവതാനിക്കടിയിൽ നിന്നാണ് തേങ്ങൽ ഉയരുന്നത്. പരവതാനി ഉയർത്തിയപ്പോൾ ഒരു വാതിൽ. വാതിൽ തുറന്നു നോക്കി. താഴേക്കിറങ്ങാൻ ഏണിപ്പടികൾ. കോണി ഇറങ്ങിച്ചെന്നപ്പോൾ ഇരുണ്ട ഇടനാഴി. ഇരുട്ടിൽ ഒരു രൂപം അടുത്തു കണ്ടു. അവൻ അടുത്തുചെന്ന് നോക്കി. ഒരു സുന്ദരിയെ അവളുടെ തലമുടിയിൽ തലകീഴായി കെട്ടിത്തൂക്കിയിരിക്കുന്നു. അവൻ ചോദിച്ചു:

"നീ ആരാ? നീ എങ്ങനെ ഇവിടെയെത്തി?"

"അതൊന്നും നീ അറിയണ്ട. നീ ജീവനുംകൊണ്ട് രക്ഷപ്പെടാൻ നോക്ക്. ആ ദുഷ്ടൻ നിന്നെ കണ്ടാൽ അരിഞ്ഞുനുറുക്കും. അവനെത്താറായി." അവൾ പറഞ്ഞു.

"പേടിക്കണ്ട. അയാൾ നായാട്ടിന് പോയിരിക്കുകയാണ്."

"നീ ആരാണെന്ന് പറയൂ." ഇബ്രാഹിം അവളെ ആശ്വസിപ്പിച്ചു.

"എന്റെ പേര് ഖുർഷീദ്. ദേവൻ എന്നെ കുറേ വർഷങ്ങൾക്കു മുമ്പ് അടിമയാക്കി കൊണ്ടുവന്നതാണ്. അന്നുമുതൽ ഈ ഇരുട്ടറയിൽ എന്നെ കെട്ടിത്തൂക്കിയിരിക്കുകയാണ്."

ഇബ്രാഹിം കെട്ടഴിച്ച് അവളെ താഴെയിറക്കി.

"നീ ആരാണെന്ന് പറഞ്ഞില്ലല്ലോ? ഇതിനകത്ത് എന്തിന് വന്നു" ഖുർഷീദ് ചോദിച്ചു.

ഇബ്രാഹിം അവന്റെ കഥ പറഞ്ഞു.

"ആ പൂവ് നിനക്ക് കിട്ടിയോ?" ഖുർഷീദ് പുഞ്ചിരിച്ചു.

"ഇപ്പോൾ ഞാൻ പൂവിനെക്കുറിച്ചല്ല ചിന്തിക്കുന്നത്. നിന്നെ എങ്ങനെ രക്ഷപ്പെടുത്തും എന്നതുമാത്രമാണ് എന്റെ ഇപ്പോഴത്തെ ചിന്ത."

"നീ വളരെ നല്ലവനാണ്. നിനക്കറിയാമോ, ആ പൂവ് ഞാനാണ് ഈ തോട്ടത്തിൽ ആദ്യമായി നട്ടത്. എന്നെ രക്ഷിക്കാൻ കഴിഞ്ഞാൽ നിനക്ക് തീർച്ചയായും പൂവും കിട്ടും."

"പക്ഷേ, നിന്നെ എങ്ങനെയാ രക്ഷിക്കുന്നത്? ഒരു പിടിയും കിട്ടുന്നില്ല."

കുറച്ചുനേരം ആലോചിച്ചിട്ട് ഖുർഷീദ് പറഞ്ഞു: "ഇവിടത്തെ കുതിരലായത്തിൽ ഒരുപാട് കുതിരകളുണ്ട്. നല്ലതുനോക്കി രണ്ടെണ്ണത്തിനെ കണ്ടുപിടിച്ച് ദേവൻ വരുന്നതിനുമുമ്പ് നമുക്ക് രക്ഷപ്പെടാം."

"അതൊരു നല്ല ആലോചനയാണ്. പക്ഷേ, ആ കവാടം തുറക്കുന്നതെങ്ങനെ?" ഇബ്രാഹിം ചോദിച്ചു.

കവാടം തുറക്കാനുള്ള വിദ്യ എനിക്കറിയാം. അക്കാര്യം ദേവന് അറിയാം. അതുകൊണ്ടാണ് എന്നെ ഇവിടെ തടവിലിട്ടിരിക്കുന്നത്."

"എങ്കിൽ പിന്നെ സമയം കളയണ്ട."

അവർ ഓടി കുതിരലായത്തിലെത്തി. രണ്ടു കുതിരകളെ തെരഞ്ഞെടുത്തു. ഖുർഷീദ് മന്ത്രം ജപിച്ചപ്പോൾ വാതിൽ മലർക്കേ തുറന്നു. അവർ കുതിരപ്പുറത്തു കയറി പുറത്തേക്കു കുതിച്ചു.

വൈകുന്നേരം നായാട്ടു കഴിഞ്ഞ് ദേവൻ തിരിച്ചെത്തിയപ്പോൾ കവാടം തുറന്നു കിടക്കുന്നു. അയാൾ ഉടനെ തടവറയിലേക്ക് ഓടി. സംശയിച്ചതുപോലെതന്നെ സംഭവിച്ചിരിക്കുന്നു. കന്യക രക്ഷപ്പെട്ടിരിക്കുന്നു. ദേവൻ കുതിരലായത്തിലേക്ക് കുതിച്ചു. കൂട്ടത്തിൽ മികച്ച രണ്ടു കുതിരകളെ കാണാനില്ല. അന്യരാരോ തോട്ടത്തിൽ കടന്നിരിക്കുന്നു. അവനാണ് കന്യകയെ രക്ഷപ്പെടുത്തിയത്.

മറ്റൊരു കുതിരപ്പുറത്തു കയറി ദേവനും കുതിച്ചു.

ഇബ്രാഹിമും ഖുർഷീദും ആവുന്ന വേഗത്തിൽ കുതിരയെ തെളിച്ചു. കുറേ ദൂരം പിന്നിട്ടപ്പോൾ ഖുർഷീദ് ചോദിച്ചു: "ഇബ്രാഹിം നമ്മെ ആരെങ്കിലും പിന്തുടരുന്നുണ്ടോ എന്നു നോക്കൂ. കുതിരക്കുളമ്പടി കേട്ടതുപോലെ തോന്നി."

തിരിഞ്ഞുനോക്കിയിട്ട് അവൻ പറഞ്ഞു: "ആരേയും കാണുന്നില്ല. പക്ഷേ, ഒരു കറുത്ത പർവതം വഴിയിൽക്കൂടി ഇഴഞ്ഞു വരുന്നതുപോലെ കാണാനുണ്ട്."

"അത് അയാൾ തന്നെയാണ്. പെട്ടെന്ന് കുതിരയെ തെളിക്ക് ആവുന്നത്ര വേഗത്തിൽ."

അവർ കുതിരയെ ആവുന്നത്ര വേഗത്തിൽ പറപ്പിച്ചു. കുറേ ദൂരം ചെന്നിട്ട് ഇബ്രാഹിം വീണ്ടും തിരിഞ്ഞുനോക്കി. കറുത്തമല വളരെ അടുത്തെത്തിയിരിക്കുന്നു.

"ദേ അയാൾ ഇപ്പോ നമ്മെ പിടിക്കും." ഇബ്രാഹിം പേടിച്ചരണ്ടു.

"പേടിക്കണ്ട. നമ്മുടെ കുതിരകൾ വിശേഷപ്പെട്ടവയാണ്. അയാളുടെ കുതിരയ്ക്ക് നമ്മുടെ അടുത്തെത്താൻ കഴിയില്ല. വേഗം കൂട്ടിക്കോ."

അവർ വീണ്ടും മുമ്പോട്ടു കുതിച്ചു. കുറേദൂരം ചെന്നപ്പോൾ ഖുർഷീദ് പറഞ്ഞു: "ഇബ്രാഹിം, ഒന്നുകൂടി തിരിഞ്ഞു നോക്കിക്കോ."

ഇബ്രാഹിം നോക്കിയിട്ട് പറഞ്ഞു: "ദേവന്റെ കുതിര വല്ലാതെ തളർന്നതുപോലെയുണ്ട്. വേഗം കുറഞ്ഞിരിക്കുന്നു."

"ഇനി പേടിക്കാനില്ല. അയാൾക്ക് നമ്മെ പിടിക്കാനാവില്ല."

ഖുർഷീദ് പറഞ്ഞുതീരുന്നതിനു മുമ്പ് ഭയങ്കര ശബ്ദം കേട്ടു. ദേവന്റെ കുതിര മറിഞ്ഞുവീണു. കുതിരപ്പുറത്തിരുന്ന ദേവനും രണ്ടുപേരും താഴേക്ക് ഉരുണ്ടുപോയി.

അവർ പിന്നെ തിരിഞ്ഞുനോക്കിയില്ല. നേരെ ഇബ്രാഹിമിന്റെ വീട്ടിലേക്ക് ചെന്നു. കുഴപ്പമൊന്നുമില്ലാതെ മകൻ തിരിച്ചെത്തിയിരിക്കുന്നു. കൂടെ സുന്ദരിയായ ഒരു യുവതിയും. ഉമ്മയ്ക്ക് സന്തോഷംകൊണ്ട് കണ്ണു നിറഞ്ഞു. യുവതിയെ മാറോടണച്ചുകൊണ്ട് ഉമ്മ പറഞ്ഞു:

"അല്ലാഹു എന്റെ മക്കളെ രക്ഷിച്ചു. ദൈവത്തിന് നന്ദി. ആട്ടെ നിനക്ക് പൂവ് കിട്ടിയോ?"

"ഞാൻ നിങ്ങളോട് ഒന്നും പറഞ്ഞിരുന്നില്ല. ഞാൻ പൂവിന് പോയതാണെന്ന് എങ്ങനെ അറിഞ്ഞു?"

ഇബ്രാഹിം ചോദിച്ചു.

"നീ പോയി കുറച്ചുനാൾ കഴിഞ്ഞപ്പോൾ, പാദുഷ ആ കച്ചവടക്കാരനെ മന്ത്രിയാക്കി. പുതിയ മന്ത്രി എന്നുമെന്നും ഇവിടെവന്നു നിന്റെ കാര്യം തിരക്കുമായിരുന്നു. നിനക്ക് ഒരിക്കലും പൂവ് കൊണ്ടുവരാൻ കഴിയില്ലെന്നും രാജാവ് നിന്നെ കൊല്ലുമെന്നും അയാൾ നാട്ടുകാരോട് മുഴുവൻ പറയാറുണ്ടായിരുന്നു. നിനക്ക് ദേവന്റെ കൊട്ടാരത്തിലേക്കുള്ള വഴി പറഞ്ഞുതന്ന അപ്പൂപ്പനെ അയാൾ തടവിലാക്കി."

അതിനിടയിൽ പുതിയ മന്ത്രിയുടെ പരിചാരകനെത്തി. "ഇബ്രാഹിം തിരിച്ചെത്തിയോ?" അയാൾ ചോദിച്ചു.

"ഉവ്വ് ഞാൻ വന്നു." ഇബ്രാഹിം പറഞ്ഞു.

"ഇന്ന് നാൽപ്പതാം ദിവസം തീരുകയാണ്. നീ പൂവ് കൊണ്ടുവന്നോ?"

ഇല്ലെന്നു പറയാൻ ഭാവിച്ച ഇബ്രാഹിമിനെ ഖുർഷീദ് വിലക്കി. "ഉവ്വ്. കൊണ്ടുവന്നിട്ടുണ്ട്. കുറച്ചുകഴിഞ്ഞാൽ പൂവുമായി കൊട്ടാരത്തിലെത്തും."

അവൾ പറഞ്ഞു.

"ഇനി എന്തു ചെയ്യും? പൂവ് കിട്ടിയില്ലല്ലോ." ഇബ്രാഹിമിന് വേവലാതിയായി.

"പക്ഷേ, നീ പൂവ് കൊണ്ടുവന്നല്ലോ." എന്നു പറഞ്ഞു ഖുർഷീദ് പുഞ്ചിരിച്ചു. പിന്നീടവൾ തന്റെ മൂക്കിന്റെ തുമ്പ് മുറിച്ച് രണ്ടു തുള്ളി രക്തം തംബ്ലറിൽ വീഴ്ത്തി. നോക്കിക്കൊണ്ടിരിക്കെ അത് ഒരുകുല പൂവായി മാറി.

"ഈ പൂവ് മുമ്പൊരിക്കലും ആ തോട്ടത്തിലുണ്ടായിരുന്നില്ല. എന്റെ രക്തത്തിൽ നിന്ന് പൂവുണ്ടാകുമെന്ന് മനസിലായതുകൊണ്ടാണ് അയാൾ എന്നെ തടവുകാരിയാക്കിയത്. ഈ പൂവുമായി ചക്രവർത്തിയെ ചെന്നു കാണ്. ഇനിയെങ്കിലും അദ്ദേഹം നിനക്ക് സ്വൈരം തരട്ടെ."

"ചതിയനായ മന്ത്രിയും വിഡ്ഢിയായ പാദുഷയും ജീവിച്ചിരിക്കുന്ന കാലത്തോളം എനിക്ക് സ്വൈരം കിട്ടില്ല. അത് ഉറപ്പാണ്."

"ഇനി എന്താ നിന്റെ ഉദ്ദേശ്യം?"

"ഈ കുല പൂവ് ഞാൻ കൊടുത്താൽ ഇനിയും പൂവ് തരാൻ നിനക്ക് കഴിയുമോ?"

"നീ ഒന്നുകൊണ്ടും പേടിക്കണ്ട. ദേവന്റെ തോട്ടത്തിലെ പൂവുകളായ പൂവുകളെല്ലാം ഞാൻ നിന്റെ മുറ്റത്തെത്തിക്കും. കൂടെ പക്ഷികളും."

"എങ്കിൽ സാരമില്ല. ആ വിഡ്ഢിയാൻ രാജാവിനെയും കൊതിയൻ മന്ത്രിയെയും ഞാനൊരു പാഠം പഠിപ്പിക്കും. അതിന് ഈ പൂങ്കുല ധാരാളം."

പൂങ്കുലവെച്ച ഭംഗിയുള്ള തട്ടുമായി ഇബ്രാഹിം കൊട്ടാരത്തിലെത്തി. കൃത്യസമയത്തുതന്നെ അവന് എത്താൻ കഴിഞ്ഞു. പൂവ് മണക്കാൻ കഴിയാതെ പക്ഷി തൂങ്ങിപ്പിടിച്ച് ഇരിക്കുകയായിരുന്നു. പൂങ്കുല മണത്തതും അവ ഉഷാറായി. കൊക്കുരുമ്മിയും ചിറകുവിടർത്തിയും സ്നേഹം കാണിച്ചു. മധുരമായി പാടാനും തുടങ്ങി. പാദുഷയ്ക്ക് സന്തോഷമായി. പക്ഷേ, ചതിയൻ മന്ത്രി കോപംകൊണ്ട് വിറച്ചു.

"പാദുഷ നീണാൾ വാഴട്ടെ. ഇവന്റെ ധിക്കാരം കണ്ടില്ലേ? അനുസരണയില്ലാത്ത അനാഥൻ. ചെടിയടക്കം കൊണ്ടുവരാനാണ് അങ്ങ് കൽപ്പിച്ചത്. ഇവൻ കൊണ്ടുവന്നതോ? വെറും ഒരു കുല പൂവ്. ഇവനെ ഇന്നുതന്നെ വീണ്ടും കാട്ടിലേക്കയക്കണം. ചെടി കൊണ്ടുവരട്ടെ അവൻ."

"നിനക്ക് ഞാൻ കാണിച്ചുതരാം ചതിയാ." അവൻ ഉള്ളിൽ പറഞ്ഞു.

"മന്ത്രി പറഞ്ഞതു നേരാണ്. വേരോടുകൂടിയ ഒരു ചെടി ഉടനെ കൊണ്ടുവരണം."

"ചക്രവർത്തി ജയിക്കട്ടെ! വാസ്തവത്തിൽ ഈ പൂവ് വളരുന്നത് ദേവന്റെ തോട്ടത്തിലല്ല. നമ്മുടേതുപോലുള്ള ഒരു പട്ടണത്തിൽ തന്നെയാണ്. നമ്മുടെ നഗരത്തിൽ നിന്നു മരിച്ച പൂർവികരാണ് അവിടെ താമസം. അക്കൂട്ടത്തിൽ അങ്ങയുടെ പിതാവും ഉണ്ട്. അങ്ങയുടെ രാജ്യത്തുനിന്നാണ് ഞാൻ വന്നതെന്നറിഞ്ഞപ്പോൾ മഹാരാജാവ് അങ്ങയുടെ കാര്യങ്ങൾ തിരക്കി. എന്റെ മോൻ ഇത്രയും നാളായിട്ടും എന്നെ ഒന്നു കാണാൻ വന്നില്ലല്ലോ എന്ന് സങ്കടം പറയുകയും ചെയ്തു."

അതു കേട്ടപ്പോൾ മഹാരാജാവിന്റെ കണ്ണു നിറഞ്ഞു. "ഈ ചെടി ഞാൻ ചോദിച്ചപ്പോൾ അദ്ദേഹം പറഞ്ഞു:'ഇല്ല ചെടി ഞാൻ തരില്ല. അത് കിട്ടിയാൽ അവൻ എന്നെ കാണാൻ ഒരിക്കലും വരില്ല. എന്റെ മോനെ ഒന്നു കാണാൻ കണ്ണു തരിക്കുന്നു. അവൻ നേരിട്ടുവരട്ടെ. എത്ര ചെടി വേണമെങ്കിലും കൊടുക്കാം. ബഹുമാനപ്പെട്ട മന്ത്രീ, അങ്ങയുടെ പിതാവിനെയും ഞാൻ കണ്ടു. അദ്ദേഹത്തിനും അങ്ങയെ കാണാൻ ആഗ്രഹമുണ്ട്. അവിടെ എത്താനുള്ള എളുപ്പവഴിയും അവർ പറഞ്ഞുതന്നിട്ടുണ്ട്."

ഇവൻ ചതിക്കാനുള്ള ശ്രമമാണെന്ന് മന്ത്രിക്ക് സംശയം തോന്നി. പക്ഷേ, വിഡ്ഢിയാൻ രാജാവ് ഉടൻ കൽപ്പന പുറപ്പെടുവിച്ചു. "മന്ത്രീ, പെട്ടെന്ന് തയാറാക്. നമുക്കുടനെ യാത്ര തിരിക്കാം."

"അങ്ങയുടെ ആജ്ഞപോലെ. പക്ഷേ, വഴികാട്ടിയായി ഇബ്രാഹിം തന്നെ കൂടെ വരട്ടെ."

ഇബ്രാഹിം പാദുഷയെയും മന്ത്രിയെയും കൂട്ടി പട്ടണാതിർത്തിയിലുള്ള നദീതീരത്തെത്തി.

"ഈ പുഴയുടെ അടിയിലാണ് നഗരത്തിലേക്കുള്ള വാതിൽ. നിങ്ങൾ പുഴയിലേക്ക് ചാടണം. നൂറുതവണ 'അള്ളാഹൂ, അള്ളാഹൂ' എന്ന് വിടാതെ പറഞ്ഞുകൊണ്ടിരിക്കണം. അപ്പോൾ നഗരകവാടം താനേ തുറക്കപ്പെടും." ഇബ്രാഹിം പറഞ്ഞു.

"പാദുഷ നീണാൾ വാഴട്ടെ! ചാടാൻ വരട്ടെ. ഇവനെ എങ്ങനെ വിശ്വസിക്കും? ഇവൻ ഇപ്പോൾത്തന്നെ ചെന്ന് ഒരു കുല പൂവ് കൂടി കൊണ്ടുവരട്ടെ. എങ്കിൽ നമുക്കവനെ വിശ്വസിക്കാം."

ഇബ്രാഹിമിന്റെ വാക്കുകേട്ട് പുഴയിൽ ചാടാൻ തുനിഞ്ഞ പാദുഷയെ മന്ത്രി വിലക്കി.

"അതിനെന്താ? കൊണ്ടുവരാമല്ലോ. പക്ഷേ, ഇന്നു വയ്യ. ഇന്നു ഞാൻ വല്ലാതെ തളർന്നിരിക്കുന്നു. നാളെ വൈകുന്നേരമാവുമ്പോൾ പൂവുമായി എത്താം."

അവർ സമ്മതിച്ചു.

ദേവന്റെ തോട്ടത്തിൽനിന്നു പോരുമ്പോൾ അവൻ രണ്ടുചാക്കു നിറയെ സ്വർണനാണയങ്ങൾ കൊണ്ടുവന്നിരുന്നു. അവൻ ഒരു ചാക്കു നിറയെ സ്വർണവും, ഒരുകുല പൂവുമായി അർധരാത്രിയിൽ തന്നെ അക്കരയ്ക്ക് നീന്തി അത് കുറ്റിക്കാട്ടിൽ ഒളിച്ചുവെച്ച് തിരിച്ചുവന്നു.

പിറ്റേദിവസം വൈകുന്നേരം പാദുഷയും മന്ത്രിയും ജനക്കൂട്ടവും പുഴവക്കത്ത് ഒത്തുകൂടി. നേരം സന്ധ്യയായപ്പോൾ ഇബ്രാഹിം വസ്ത്രം മാറി പുഴയിലിറങ്ങി. അവൻ ഒന്നാന്തരം നീന്തൽക്കാരനാണ്. അവന് ശ്വാസം പിടിച്ച് എത്രനേരം വേണമെങ്കിലും വെള്ളത്തിനടിയിൽ ഇരിക്കാൻ പ്രയാസമില്ല. അങ്ങനെ വെള്ളത്തിനടിയിൽ മുങ്ങിയിട്ട് അവൻ മറുകര എത്തി. കുറച്ചുനേരം മരത്തിനു മറവിൽ ഒളിച്ചിരുന്നു. കുറ്റാക്കുറ്റിരുട്ട്. അതുകൊണ്ടുതന്നെ അവന്റെ നിഴൽപോലും ആരും കണ്ടതുമില്ല. കുറേനേരം വിശ്രമിച്ചിട്ട് അവൻ സ്വർണം നിറച്ച ചാക്കും പൂങ്കുലയുമായി ഇക്കരയ്ക്ക് നീന്തി. പെട്ടെന്ന് ജനങ്ങൾക്കു മുന്നിൽ ചാക്കുമായി ഇബ്രാഹിം പൊങ്ങിവന്നു.

ജനങ്ങൾ ഇബ്രാഹിമിനെ വാനോളം പുകഴ്ത്തി.

മന്ത്രിക്ക് സ്വന്തം കണ്ണുകളെ വിശ്വസിക്കാനായില്ല. ഇബ്രാഹിം പൂങ്കുല രാജാവിന്റെ കാൽക്കൽ വെച്ച് വന്ദിച്ചു. സ്വർണച്ചാക്ക് മന്ത്രിക്ക് കൊടുത്തിട്ട് പറഞ്ഞു: "ഇത് അങ്ങയുടെ പിതാവ് അങ്ങേക്ക് സമ്മാനമായി തന്നയച്ചതാണ്. അങ്ങ് നേരിട്ട് ചെല്ലുകയാണെങ്കിൽ ആവശ്യമുള്ളത്ര തരാമെന്ന് പറഞ്ഞിട്ടുണ്ട്."

പൊന്നുകണ്ടതും മന്ത്രിയുടെ കണ്ണുകൾ തിളങ്ങി. ആർത്തി പിടിച്ച നായക്ക് എല്ലു കിട്ടിയതുപോലെ അയാൾ കിതച്ചു. വസ്ത്രം അഴിച്ചു വെയ്ക്കാൻ പോലും മിനക്കെടാതെ അയാൾ പുഴയിലേക്കു ഒരൊറ്റച്ചാട്ടം.

"ഹേയ് നിൽക്കൂ മന്ത്രീ, ഞാനുമുണ്ട്" എന്നു പറഞ്ഞുകൊണ്ട് പിന്നാലെ രാജാവും ചാടി.

ജനങ്ങൾ ഒരുപാടു നേരം കാത്തിരുന്നു. രാജാവിന്റേയും മന്ത്രിയുടേയും പൊടിപോലുമില്ല. ദിവസങ്ങൾ കഴിഞ്ഞപ്പോൾ അവരുടെ ശവം കരയ്ക്കടിഞ്ഞു. അങ്ങനെ പക്ഷിപിടുത്തക്കാരൻ ഇബ്രാഹിം ആ രാജ്യത്തെ ജനങ്ങളെ വിഡ്ഢിയാൻ രാജാവിൽ നിന്നും ചതിയൻ മന്ത്രിയിൽ നിന്നും മോചിപ്പിച്ചു.

ഇബ്രാഹിം ഖുർഷീദിനെ വിവാഹം കഴിച്ചു. അവൾ വീട്ടിനു മുമ്പിൽ മനോഹരമായ ഒരു പൂന്തോട്ടമുണ്ടാക്കി. ദേവന്റെ തോട്ടത്തിനേക്കാൾ ഭംഗിയുള്ളത്. ദേവന്റെ തോട്ടത്തിലെ നാനാജാതി പക്ഷികൾ ഇങ്ങോട്ട് ചേക്കേറി. ഇബ്രാഹിമിന്റെ ഓടക്കുഴൽ വായനകേട്ട് അവയും ഏറ്റുപാടി... കൂഹൂ... കൂഹൂ....കൂഹൂ....കൂഹൂ....

4

ദാലിയുടെ മകൻ

അങ്ങകലെ കൊടുങ്കാട്ടിൽ ആകാശം മുട്ടുന്ന ചെങ്കുത്തായ ഒരു മലയുണ്ട്. കാട്ടിനടുത്താണ് നായാട്ടുകാരൻ ദലാലിന്റെ വീട്.

ഒരിക്കൽ അവൻ കാട്ടിൽ ചുറ്റിനടക്കുമ്പോൾ ഒരു മലമുകളിൽ നിന്ന് ഒരു പെണ്ണിന്റെ കരച്ചിൽ കേട്ടു. അവൻ മലമുകളിലേക്ക് നോക്കി. എന്റമ്മോ! എങ്കിലും മലകയറാൻ അവനൊരു ശ്രമം നടത്താതിരുന്നില്ല. വഴുക്കലുള്ള പാറപ്പുറത്ത് കാല് തെന്നുന്നു.

അവൻ വീട്ടിലേക്ക് മടങ്ങി. നേരം വൈകിയാൽ അവന്റെ ഭാര്യ വഴക്കിടും. അവൾ വഴക്കാളിയാണ്. ന്യായം പറഞ്ഞാൽ അവളുടെ തലയിൽ കയറുകയില്ല. "നാളെ കാട്ടിലേക്കു പോകുമ്പോൾ ഭക്ഷണം കൂടുതൽ കരുതണം." അവൻ രാത്രിതന്നെ ഭാര്യയെ ഏൽപ്പിച്ചു. കൊല്ലനെക്കൊണ്ട് ഒരു നല്ല ചുറ്റികയും കുറച്ച് ഉളികളും ഉണ്ടാക്കാനും ഏർപ്പാടാക്കി."

പുലരുമ്പോഴേക്ക് കൊല്ലൻ ചുറ്റികയും ഉളികളും തയാറാക്കിക്കൊടുത്തു. ഭാര്യ നൽകിയ പൊതിച്ചോറുമായി അവൻ കാട്ടിലേക്ക് തിരിച്ചു. ദലാൽ മല കയറാൻ വേണ്ട ഒരുക്കങ്ങൾ തുടങ്ങി. ഉളികൾ ഓരോന്നായി അവൻ പാറപ്പുറത്ത് മേടി ഉറപ്പിച്ചു. അതിൽ ചവിട്ടി അവൻ പതുക്കെ മലകയറാൻ തുടങ്ങി. മലമുകളിൽ എത്തിയപ്പോഴേക്ക് അവന്റെ ഉളികളും തീർന്നിരുന്നു. ചുറ്റും നടന്നുനോക്കിയപ്പോൾ പാറയിൽ ഒരു വാതിൽ കണ്ടു. അതിലൂടെ അകത്തു ചെന്നപ്പോൾ ഒരു ഗുഹയിലെത്തി.

ഗുഹയിൽ ഒരു സുന്ദരി കിടക്കുന്നു. അവൾ തലയിൽ സ്വർണം കൊണ്ടുള്ള പൂക്കൾ ചൂടിയിരുന്നു. ഒറ്റ നോട്ടത്തിൽത്തന്നെ അവൾക്ക് ദലാലിനെ ഇഷ്ടപ്പെട്ടു. അവനും അവളെ ഇഷ്ടമായി. ദാലി എന്നായിരുന്നു അവളുടെ പേര്. ഭാര്യയെക്കുറിച്ചോർത്തപ്പോൾ അവനവിടെ

നിൽക്കാൻ തോന്നിയില്ല. ഏതായാലും ദലാലിനെ അന്നവൾ വീട്ടിലേക്കയച്ചില്ല.

പിറ്റേദിവസം അവൾ ദലാലിനെ വീട്ടിൽ പോകാൻ നിർബന്ധിച്ചു.

"നിന്റെ ഭാര്യ വഴക്കാളിയാണ്. നിന്നെ കണ്ടില്ലെങ്കിൽ അവൾ വെറുതെയിരിക്കുമെന്നാണോ വിചാരം? നിന്നെ അന്വേഷിച്ച് അവൾ കാടുമുഴുവൻ തിരയും. ഇവിടെയും എത്താതിരിക്കില്ല. അതുകൊണ്ട് ഉടനെ വീട്ടിലേക്ക് പുറപ്പെട്ടോളൂ."

"അവൾ നൊണ്ടിയാണ്. അതുകൊണ്ട് ഒരിക്കലും ഈ മലകയറാൻ കഴിയില്ല."

ഭർത്താവിനെ കാണാഞ്ഞ് ദലാലിന്റെ ഭാര്യയ്ക്ക് വേവലാതിയായി. രണ്ടു ദിവസം കഴിഞ്ഞിട്ടും കാണാതായപ്പോൾ അവൾ ഭക്ഷണപ്പൊതിയുമായി ഭർത്താവിനെത്തേടി പുറപ്പെട്ടു. ഭർത്താവ് തറച്ചുവെച്ച ഉളികളിൽക്കൂടിച്ചവുട്ടി അവൾ കുന്നുംപുറത്തെത്തി. വാതിലു കണ്ടപ്പോൾ അവൾ ഗുഹയ്ക്കകത്തു ചെന്നു. അവിടെ അവളുടെ ഭർത്താവും മറ്റൊരു സുന്ദരിയും സുഖമായി ഉറങ്ങുന്നു.

അവൾക്ക് കലിവന്നു. അടുത്തു കണ്ട സ്വർണക്കത്രിക കൊണ്ട് അവൾ സുന്ദരിയുടെ നീണ്ടുചുരുണ്ട മുടി മുറിച്ചുകളഞ്ഞു. അവളുടെ തലമുടിയിൽ ചൂടിയ സ്വർണപ്പൂക്കൾ കട്ടെടുത്ത് ഉടനെ സ്ഥലംവിടുകയും ചെയ്തു. ദാലി ഉണർന്നപ്പോൾ തലയ്ക്ക് ഭാരം കുറഞ്ഞതുപോലെ. എണീറ്റ് തലകുടഞ്ഞു. മുടിയില്ല. മുടിയിലെ സ്വർണപ്പൂക്കളുമില്ല. അവൾ എണീറ്റ് ചുറ്റും പരതി. സ്വർണക്കത്രികയും കാണാനില്ല. അവൾക്ക് സങ്കടം സഹിക്കാനായില്ല. അവൾ ദലാലിനോട് പറഞ്ഞു: "നിങ്ങളാണ് എന്റെ എല്ലാ ദൗർഭാഗ്യങ്ങൾക്കും കാരണം. നിന്റെ ഭാര്യ പകരംവീട്ടുമെന്ന് ഞാൻ അന്നേ പറഞ്ഞതാണ്. ഞാനിനി അധികകാലം ജീവിക്കില്ല. പക്ഷേ, നമുക്കൊരു മകൻ പിറക്കും. അവനൊരു വീരനായി വളരും. ഞാൻ പറയുന്നതുപോലെ ചെയ്യണം. ജനിച്ച ഉടനെ അവനെ ഒരു പശുത്തൊഴുത്തിൽ കിടത്തണം. പശുവിന്റെ ചൂടേറ്റ് അവൻ വളരട്ടെ. മൂന്നു മാസം കഴിയുമ്പോൾ അവനെ ഒരു തൊട്ടിലിൽ കിടത്തി നദീതീരത്തെത്തിക്കണം. അവകാശപ്പെട്ട ഒരാൾ അവിടെയെത്തി അവന് പേരിടും. അവൻ വളരുമ്പോൾ അദ്ദേഹം എല്ലാം അവനെ അറിയിക്കും."

പറഞ്ഞതുപോലെ പ്രസവത്തോടെ ദാലി മരിച്ചു. ദലാൽ അവൾ പറഞ്ഞപ്രകാരം എല്ലാം ചെയ്തു.

പുഴക്കരയിൽ തൊട്ടിലിൽ ഒരു കുട്ടി കിടക്കുന്നതു കണ്ട് നാട്ടുകാർ ചുറ്റുംകൂടി.

"നിന്റെ അച്ഛനും അമ്മയുമെവിടെ? നിന്റെ പേരെന്താ?" പലരും അവനോട് ചോദിച്ചു.

"എനിക്കറിയില്ല. പക്ഷേ, ഒരു മാലാഖ വന്ന് എനിക്ക് പേരിട്ടു." അവൻ പറഞ്ഞു.

അതുവഴി കടന്നുപോയ ഒരു മാലാഖയും അവനോട് ഇതേ ചോദ്യം ചോദിച്ചു. അവൻ മറ്റുള്ളവരോട് പറഞ്ഞതുപോലെ മാലാഖയോടും

പറഞ്ഞു. മൂന്നു പ്രാവശ്യം ചോദിച്ചപ്പോഴും കുട്ടി അതേ ഉത്തരംതന്നെ പറഞ്ഞു. മാലാഖ അവന് പേരിട്ടു: "അമീരാൻ." അവൾ അവനൊരു കഠാര കൊടുത്തിട്ട് പറഞ്ഞു: "നിന്റെ കാലുറയിൽ സൂക്ഷിച്ചോളൂ. അത്യാവശ്യം വന്നാൽ മാത്രമേ അതെടുക്കാവൂ."

കുട്ടിയുടെ തലയിൽ കൈവെച്ച് അനുഗ്രഹിച്ച് മാലാഖ പറഞ്ഞു.

ഇമ്മാൻ പ്രഭുവിന്റെ പണിക്കാർ പുഴയിൽ നിന്ന് വെള്ളം കോരാൻ വന്നു. തൊട്ടിലിൽ കിടക്കുന്ന അമീരാനെ അവർ പരിഹസിച്ചു. ദേഷ്യം വന്ന അമീരാൻ അവരെ അടിച്ചോടിച്ചു.

അവർ വെള്ളമെടുക്കാതെ വീട്ടിൽച്ചെന്ന് യജമാനനോട് വിവരം പറഞ്ഞു. കലികൊണ്ട ഇമ്മാൻ പുഴക്കരയിലെത്തി. പക്ഷേ, തൊട്ടിലിൽ കിടക്കുന്ന സുന്ദരനായ ബാലനെക്കണ്ട് ഇമ്മാൻ കോപം മറന്നു.

"ഇവനെന്റെ ഉസ്ബിക്കും ബദിരിക്കും നല്ലൊരു കൂട്ടായിരിക്കും." ഇതും പറഞ്ഞ് ഇമ്മാൻ കുട്ടിയെ തൊട്ടിലടക്കം വീട്ടിലേക്ക് കൊണ്ടുപോയി.

ഇമ്മാന്റെ ഭാര്യയ്ക്കും സന്തോഷമായി. "ഇവൻ എന്റെ മക്കളെ പാട്ടുപാടി ഉറക്കിക്കോളും." അവർ പറഞ്ഞു. അന്നേ ദിവസം അമീരാൻ കുഴപ്പമൊന്നും ഉണ്ടാക്കിയില്ല. പിറ്റേദിവസം ഉസ്ബിയേയും ബദിരിയേയും തൊട്ടിലിൽ കിടത്തിയിട്ട് അമ്മ പറഞ്ഞു: "മക്കളെ ഒന്ന് ആട്ടി ഉറക്ക്. ഞാൻ കുളിച്ചിട്ടു വരാം. ദെ, കുസൃതികാണിച്ച് എന്റെ മക്കളെ കരയിച്ചാൽ നിന്റെ എല്ല് ഞാൻ സൂപ്പാക്കും."

അമ്മ അകത്തുപോയപ്പോൾ അമീരാൻ കുട്ടികളെ അവിടെ കണ്ട ചാട്ട കൊണ്ട് അടിക്കാൻ തുടങ്ങി. കുഞ്ഞുങ്ങൾ ഉറക്കെ കരഞ്ഞു. കരച്ചിൽ കേട്ട അമ്മ ഓടി എത്തി. കുഞ്ഞുങ്ങളെ കരയിക്കരുതെന്ന് പറഞ്ഞിട്ടില്ലേടാ? മര്യാദയ്ക്ക് നിന്നില്ലെങ്കിൽ കാണിച്ചുതരാം. ദാലിയുടെ മകൻ അമീരാനായാലും, എന്റെ മക്കളെ ഉപദ്രവിച്ചാൽ ഞാൻ വെറുതെ വിടില്ല. എന്നിട്ടല്ലേ നിന്നെ?"

"ഞാനാണ് ദാലിയുടെ മകൻ അമീരാൻ." അമീരാൻ പിറുപിറുത്തു.

ഇതുകേട്ട ഇമ്മാന്റെ ഭാര്യ ഓടിവന്ന് അവനെ കെട്ടിപ്പിടിച്ച് ഉമ്മ വെച്ചു. അവനെ പാലിൽ കുളിപ്പിച്ച്, പട്ടുവസ്ത്രങ്ങൾ അണിയിച്ചു.

അന്നുമുതൽ അവൾ അമീരാനെ സ്വന്തം മക്കളെക്കാൾ കാര്യമായി ശുശ്രൂഷിച്ചു. അവരുടെ മക്കൾക്ക് ഇത്രയും കേമനായൊരു സഹോദരനെ കിട്ടിയതിൽ ഇമ്മാനും ഭാര്യയും അതിരറ്റ് സന്തോഷിച്ചു.

മൂന്നുപേരും വളർന്ന് വീരന്മാരായി. അവരെ ജയിക്കാൻ പോന്ന യോദ്ധാക്കൾ ആ നാട്ടിലെങ്ങും ഇല്ലായിരുന്നു. ആരെക്കണ്ടാലും അവർ പോർവിളി നടത്തും.

അവരോട് എതിരിട്ട് തോറ്റ പോരാളികളെല്ലാം ഒരിക്കൽ ഒന്നിച്ചു ചേർന്നു.

"വെറുതേ ഞങ്ങളോട് പോരിന് വരുന്ന നേരം കൊണ്ട് നിങ്ങളുടെ അച്ഛന്റെ ഒരു കണ്ണ് കുത്തിപ്പൊട്ടിച്ചവരോട് പകരം ചോദിക്ക്."

കേട്ടതും അവർ അമ്മയുടെ അടുത്തേക്ക് പാഞ്ഞു. "അച്ഛന്റെ ഒരു കണ്ണെങ്ങനെയാ നഷ്ടപ്പെട്ടത്?"

"മസൂരി വന്നിട്ട്." അമ്മ പറഞ്ഞു. സത്യം മക്കളെ അറിയിക്കാൻ അവൾ ആഗ്രഹിച്ചില്ല. പക്ഷേ, ഏറെക്കാലം സത്യം മറച്ചുവയ്ക്കാൻ അവൾക്ക് കഴിഞ്ഞില്ല.

ഒരു വേതാളത്തിന് ഇമ്മാൻ നിത്യം കപ്പംകൊടുക്കേണ്ടിയിരുന്നു. വേതാളത്തെ ഇമ്മാന് കണ്ടുകൂടാ. പക്ഷേ, അയാളോട് എതിരിടാൻ ശക്തിയില്ലാത്തതുകൊണ്ട് മിണ്ടാതിരുന്നു എന്നു മാത്രം. ഉസ്ബിയും ബദിരിയും പിറന്നപ്പോൾ വേതാളമെത്തി. കുഞ്ഞുങ്ങളിൽ ഒന്നിനെ വേതാളത്തിന് കപ്പമായി കിട്ടണം. അല്ലെങ്കിൽ ഇമ്മാന്റെ വലതുകണ്ണ് കിട്ടണം. മക്കളെ പിരിയാൻ ഇഷ്ടപ്പെടാത്ത ഇമ്മാൻ തന്റെ വലതുകണ്ണ് കപ്പം കൊടുത്തു.

കേട്ടതും അമീരാനും സഹോദരന്മാരും വേതാളത്തെ നേരിടാൻ തീരുമാനിച്ചു. ഇരുമ്പുകൊണ്ടുള്ള അമ്പും വില്ലും ഉണ്ടാക്കിച്ചു. അവർ അമ്പും വില്ലും പരിശോധിച്ചു. അമീരാൻ കുലച്ചതും അവന്റെ വില്ല് പൊട്ടിപ്പോയി. അവൻ ഇരുമ്പുമായി കൊല്ലന്റെ ആലയിലെത്തി. അവിടെത്തന്നെ ഇരുന്ന് വില്ല് പണിയിച്ചു.

ഒരുക്കങ്ങളെല്ലാം പൂർത്തിയായപ്പോൾ അവർ വേതാളത്തെ തേടി പുറപ്പെട്ടു. നടന്നുനടന്ന് അവർ ഒരു വേതാളത്തിന്റെ ആപ്പിൾ തോട്ടത്തിലെത്തി. തോട്ടത്തിൽ ആടുകൾ മേയുന്നുണ്ടായിരുന്നു. യുവാക്കളെ കണ്ടതും വേതാളം വെല്ലുവിളിച്ചു. "ധൈര്യമുണ്ടെങ്കിൽ എന്റെ ആപ്പിൾമരത്തിൽ നിന്ന് ഒരാപ്പിളെങ്കിലും എറിഞ്ഞുവീഴ്ത്ത്."

ഉസ്ബിയും ബദിരിയും എത്ര ശ്രമിച്ചിട്ടും ഒരു ആപ്പിൾ വീഴ്ത്താൻ കഴിഞ്ഞില്ല. പക്ഷേ, അമീരാനാകട്ടെ എല്ലാ ആപ്പിളും ഒറ്റ അമ്പെയ്ത്തിന് വീഴ്ത്തി.

വേതാളം വീണ്ടും വെല്ലുവിളിച്ചു.

"കാണട്ടെ നിങ്ങളുടെ ധൈര്യം. എന്റെ ആട്ടിൻകൂട്ടത്തെ നിലംതൊടാതെ നിർത്താൻ സാധിക്കുമോ നിങ്ങൾക്ക്?"

ഉസ്ബിയും ബദിരിയും അവിടേയും പരാജയപ്പെട്ടു. പക്ഷേ, അമീരാൻ ജയിക്കുകതന്നെ ചെയ്തു.

വേതാളത്തിന് കോപം വന്നു. അവൻ തന്റെ ആട്ടിൻപറ്റത്തോടൊപ്പം അമീരാനേയും തെളിച്ചുകൊണ്ടുപോയി മുറിയിലിട്ടു പൂട്ടി. പേടിച്ചരണ്ട ഉസ്ബിയും ബദിരിയും മുറ്റത്തുതന്നെ നിന്നു.

വേതാളം നാലാടുകളെ കൊന്ന് തൊലിയുരിച്ച് പൊരിച്ചു തിന്നു. എല്ലും കൊട്ടും അവൻ തൂണിൽ കെട്ടിയിട്ട തന്റെ സഹോദരിക്ക് എറിഞ്ഞുകൊടുത്തിട്ടു പറഞ്ഞു:

"ഇന്നത്തെക്കാര്യം കുശാലായി. നാളത്തെ അത്താഴത്തിന് അമീരാൻ ധാരാളം."

വേതാളം ഉറങ്ങിയപ്പോൾ അമീരാൻ വേതാളത്തിന്റെ സഹോദരിയുമായി സംസാരം തുടങ്ങി.

"എങ്ങനെയാ ഇവിടന്നൊന്ന് രക്ഷപ്പെടുന്നത്?" അവൻ തിരക്കി.

"മൃഗക്കൊഴുപ്പിൽ പൂഴ്ത്തിവച്ചിരിക്കുന്ന വാളുകൊണ്ട് മാത്രമേ എന്റെ സഹോദരനെ കൊല്ലാൻ കഴിയൂ. പക്ഷേ, കൊഴുപ്പിൽ നിന്ന് വാളൂരിയെടുക്കാൻ എളുപ്പമല്ല. ചേട്ടന്റെ അരയിൽ ഒരു തോൽപ്പട്ടയുണ്ട്. അതെടുത്ത് ഒരറ്റം വാളിൽ കെട്ട്. മറ്റേ അറ്റം നമുക്ക് രണ്ടുപേർക്കും ചേർന്ന് പിടിച്ചുവലിക്കാം. ചിലപ്പോൾ കിട്ടിയേക്കും. ശ്രമിച്ചുനോക്കാം. വാൾ കിട്ടിയാൽ നീ അതുമായി ചേട്ടനരികിൽ ചെല്ലണം. കുത്തരുത്. വാൾ കഴുത്തിനുനേരെ കാണിച്ചാൽ മതി. വാൾ ചേട്ടന്റെ കഴുത്തറുത്തോളും."

വേതാളത്തിന്റെ കഥ കഴിഞ്ഞാൽ അവളെയും മോചിപ്പിക്കണം. അവൾ അമീരാനെക്കൊണ്ട് സത്യം ചെയ്യിച്ചു. അവർ രണ്ടുപേരും ഒത്തു പിടിച്ചപ്പോൾ വാൾ കിട്ടി. ഒച്ചകേട്ട് വേതാളം ഉണർന്നു. തലപൊന്തിച്ച് ചുറ്റും നോക്കിയിട്ട് മൂപ്പർ വീണ്ടും ഉറക്കമായി.

അമീരാൻ വാളുമായി വേതാളത്തിനടുത്തു ചെന്ന് വാൾ കഴുത്തിനുനേരെ കാണിച്ചതും മരം ഈരുന്നതുപോലെ വാൾ വേതാളത്തിന്റെ കഴുത്തറുക്കാൻ തുടങ്ങി. വേദനകൊണ്ട് പുളഞ്ഞ വേതാളം എഴുന്നേറ്റ് ഓടാൻ ഒരു ശ്രമം നടത്തിയെങ്കിലും കഴിഞ്ഞില്ല. നിമിഷങ്ങൾക്കകം അവന്റെ തല അറ്റു വീണു.

"ഇനി എന്റെ കെട്ടഴിച്ചുതാ." വേതാളത്തിന്റെ സഹോദരി അപേക്ഷിച്ചു. പക്ഷേ, അമീരാൻ കേട്ടതായി നടിച്ചില്ല. അവൾ കരാർ ഓർമിപ്പിച്ചു. കരാർ ലംഘിച്ച് അമീരാൻ അവളേയും കൊന്നു.

വേതാളത്തിന്റെ വീട്ടിൽ നിന്ന് എടുക്കാവുന്നത്ര സാധനങ്ങളുമെടുത്ത് അമീരാനും സഹോദരന്മാരും വീട്ടിലേക്ക് പുറപ്പെട്ടു.

ഒരുപാട് നടന്നപ്പോൾ അവർ ഒരു കൊടുങ്കാട്ടിലെത്തി. അവിടെ ഒരു പാറയുണ്ടായിരുന്നു. ആ പാറപ്പുറത്താണ് ജൂലാവ്സി വേതാളത്തിന്റെ താമസം. നെയ്ത്താണ് വേതാളത്തിന്റെ തൊഴിൽ. ഈ വേതാളമാണ് ഇമ്മാന്റെ കണ്ണ് കപ്പം വാങ്ങിയത്.

അമീരാനേയും സഹോദരന്മാരേയും കണ്ട വേതാളം തൊള്ളയിട്ടു. "ആരാടാ അത്? ആരു പറഞ്ഞു ഇങ്ങോട്ടു വരാൻ? ഇങ്ങോട്ട് വരണ്ട. വന്നാൽ നിങ്ങളുടെ എല്ലുപോലും ബാക്കി കാണില്ല."

"അടങ്ങി ഇരിയെടാ. നീ ഞങ്ങളെ എന്തു ചെയ്യും? അതൊന്നു കാണട്ടെ." അമീരാൻ പോർവിളി നടത്തി.

വേതാളം നെയ്ത്തു മതിയാക്കി ചാടിയെണീറ്റു.

അമീരാനും വേതാളവും തമ്മിൽ പൊരിഞ്ഞ യുദ്ധം നടന്നു. അവസാനം വേതാളം അമീരാനെ മുഴുവനായി വിഴുങ്ങി. ഉസ്ബിയും ബദിരിയും വായുംപൊളിച്ച് നോക്കിനിന്നു. വേതാളം വീട്ടിനകത്തേക്ക് കടക്കുന്നതിനിടയിൽ ഉസ്ബി വേതാളത്തിന്റെ വാൽ മുറിച്ചു കളഞ്ഞു. വേതാളം അകത്ത് കയറിയതും വാതിൽ താനേ അടഞ്ഞു.

പെട്ടെന്ന് നെയ്ത്തുകാരൻ വേതാളത്തിന് കഠിനമായ വയറുവേദന സഹിക്കാൻ കഴിയാതെ വേതാളം നിലത്തു കിടന്നു പുളഞ്ഞു. അതു കണ്ട് വേതാളത്തിന്റെ അമ്മ ചോദിച്ചു:

"എന്തുപറ്റി മോന്? വയറ്റിന് പിടിക്കാത്തത് വല്ലതും തിന്നോ?"

"ഉമ്മേ മൂന്ന് കീടങ്ങൾ എന്നോട് പോരിനായി വന്നു. അതിലൊരുത്തനെ ഞാനങ്ങ് വിഴുങ്ങി."

"അയ്യോ കഷ്ടമായിപ്പോയല്ലോ. ദാലിയുടെ മകൻ അമീരാനെയാണോ നീ വിഴുങ്ങിയത്?"

ഉസ്ബിയും ബദിരിയും ജനലരികിൽ ഒളിച്ചിരുന്ന് അമ്മയും മകനും പറയുന്നതെല്ലാം കേൾക്കുന്നുണ്ടായിരുന്നു. അവർ പാടി:

"അമീരാൻ അമീരാൻ
കാലുറയിലൊരു വാളില്ലേ?
വേഗം, വേഗം വാളെടുക്ക്
വേതാളത്തിന്റെ വമ്പ് തീരട്ടെ."

അപ്പോഴാണ് അമീരാന് വാളിന്റെ കാര്യം ഓർമ വന്നത്. അവൻ വാളുകൊണ്ട് വേതാളത്തിന്റെ വയർ അരിയാൻ തുടങ്ങി.

"അയ്യോ, എന്നെ കൊല്ലല്ലേ, ഞാൻ നിന്നെ പുറത്തേക്ക് തുപ്പാം."

"മിണ്ടാതിരി പൂതമേ, നീ എന്നെ തുപ്പണ്ട. ഞാൻ നിന്നെ കൊല്ലും."

വേതാളത്തിന്റെ വയർ പിളർന്ന് അമീരാൻ പുറത്തു വന്നു. പക്ഷേ, അവന്റെ കാഴ്ച നഷ്ടപ്പെട്ടിരുന്നു.

"എന്റെ കണ്ണിന് കാഴ്ച താ. അല്ലെങ്കിൽ നിന്നെ ഞാൻ വെറുതെ വിടില്ല." അമീരാൻ തൊള്ളയിട്ടു.

"എന്റെ വയറ്റിൽ നിന്നൊഴുകുന്ന ചോരയെടുത്ത് നിന്റെ കണ്ണിൽ തേയ്ക്ക്. അവയ്ക്ക് മുമ്പത്തേക്കാൾ കാഴ്ച കിട്ടും." ഭൂതം പറഞ്ഞു.

അമീരാൻ അപ്രകാരം ചെയ്തു. കണ്ണിന് കാഴ്ച കിട്ടി. ഭൂതം താണപേക്ഷിച്ചപ്പോൾ അവൻ അതിന്റെ വയർ തുന്നിക്കെട്ടി.

"എന്റെ അച്ഛന്റെ കണ്ണെവിടെ?" അമീരാൻ ചോദിച്ചു.

വേതാളം ആദ്യം മടിച്ചു. അമീരാൻ നിർബന്ധിച്ചപ്പോൾ പറഞ്ഞു:

"ആ തൂണിനകത്തൊരു ചെപ്പുണ്ട്. അതിൽ മറ്റൊരു ചെപ്പുണ്ട്. അതിനകത്താണ് കണ്ണുള്ളത്."

അച്ഛന്റെ കണ്ണുമായി അവർ വീട്ടിൽ തിരിച്ചെത്തി. കണ്ണ് ഇമ്മാന് വെച്ചുകൊടുത്തു.

അമീരാന് അധികകാലം അടങ്ങി ഇരിക്കാനായില്ല. യുദ്ധം ചെയ്യാൻ അവന്റെ കൈ തരിച്ചു. ഉസ്ബിയും ബദിരിയും കൂടെ വരണ്ട. ഇപ്രാവശ്യം അവൻ തീർത്തു പറഞ്ഞു. എന്തു പറഞ്ഞിട്ടും അവർ കേട്ടില്ല.

"നീയില്ലാതെ ഞങ്ങൾക്കിവിടെ കഴിയാൻ വയ്യ." അവർ പറഞ്ഞു. ഒടുവിൽ അമീരാൻ സമ്മതിച്ചു. വീണ്ടും മാതാപിതാക്കളോട് അനുവാദം വാങ്ങി യാത്രയായി. കുറേദൂരം ചെന്നപ്പോൾ അവർ മൂന്നു രാക്ഷസന്മാരെ കണ്ടുമുട്ടി. അവരെ കണ്ടപ്പോൾ രാക്ഷസന്മാർ പറഞ്ഞു:

"നിങ്ങൾ വീരശൂരന്മാരാണെന്നാണല്ലോ വെപ്പ്. എങ്കിൽ കേകലസ്സ് രാജാവിന്റെ മകൾ കേതുവിനെ ഭാര്യയാക്കി കൊണ്ടുവാ. ഒരുപാട് യുവാക്കൾ പരാജയപ്പെട്ട് മടങ്ങിയതാണ്."

"എവിടെയാ രാജാവിന്റെ നാട്? മകളെ എവിടെയാ പാർപ്പിച്ചിരിക്കുന്നത്?"

"ആകാശംമുട്ടെ ഉയരത്തിൽ ഒരു തൂണുകെട്ടി അതിന്റെ അറ്റത്തുള്ള കൊളുത്തിലെ ചങ്ങലയിലാണ് ഗോപുരം തൂക്കിയിട്ടിരിക്കുന്നത്. അതിലാണ് രാജകുമാരിയുടെ താമസം."

അവർ രാക്ഷസന്മാരോട് യാത്ര പറഞ്ഞ് കേകലസ്സ് രാജാവിന്റെ രാജ്യത്തെത്തി. ചുറ്റിനടന്നപ്പോൾ കടപ്പുറത്തെത്തി. കടലങ്ങനെ പരന്നു കിടക്കുന്നു. അക്കരെച്ചെല്ലാൻ ഒരുവഴിയും കാണുന്നില്ല. അപ്പോൾ അവരൊരു രാക്ഷസിയെ കണ്ടു.

"അക്കരയ്ക്ക് എങ്ങനെയാ പോണത്?" അമീരാൻ ചോദിച്ചു.

"അക്കരയ്ക്ക് പാലമൊന്നുമില്ല. പക്ഷേ, എന്നെക്കൂടെ കൊണ്ടുപോകാമെങ്കിൽ വഴി പറഞ്ഞുതരാം."

അമീരാൻ സമ്മതിച്ചു.

അവൾ തന്റെ മുടിയഴിച്ച് പാലംകെട്ടി. ആദ്യം ഉസ്ബിയും ബദിരിയും പാലം കടന്നു. പിന്നീട് അമീരാനും. രാക്ഷസി പകുതിവഴി എത്തിയപ്പോൾ അമീരാൻ വാളുകൊണ്ട് പാലം മുറിച്ചുകളഞ്ഞു. അവൾ കടലിൽ വീണു. രണ്ടാം തവണയാണ് അമീരാൻ തന്റെ സത്യം ലംഘിക്കുന്നത്.

സഹോദരന്മാർ വീണ്ടും യാത്ര തുടർന്നു. പാടത്തുവെച്ച് അവർ അന്ത്രോബ് എന്ന മനുഷ്യനെ കണ്ടുമുട്ടി. ഒരു ഭീമൻ. ഒമ്പത് ജോടി കാളകൾ വലിക്കുന്ന വണ്ടിയിലാണ് മൂപ്പരുടെ കിടപ്പ്. അന്ത്രോബിന്റെ ഭാരം കാരണം കാളകൾ ഇഴഞ്ഞാണ് നീങ്ങുന്നത്. അന്ത്രോബിന്റെ ഒരു കാൽ വണ്ടിക്ക് പുറത്തായിരുന്നു. അത് കലപ്പപോലെ മണ്ണ് ഉഴുതു മറിച്ചു. അന്ത്രോബിനെ ജീവനോടെ കുഴിച്ചിടാൻ കൊണ്ടുപോവുകയാണ്. മരിച്ചാൽ അയാളുടെ ശവം കല്ലറയിലേക്കെടുത്ത് വയ്ക്കാൻ കെൽപ്പുള്ളവർ ഇല്ലെങ്കിലോ എന്നു പേടിച്ചാണ് ഇപ്പഴേ കുഴിച്ചിടാൻ പോകുന്നത്. വണ്ടിക്ക് പിറകേ വലിയൊരു ജനക്കൂട്ടം തന്നെയുണ്ട്. അവർ ഒത്തു ശ്രമിച്ചിട്ടും അന്ത്രോബിന്റെ പുറത്തേക്ക് തൂങ്ങിക്കിടക്കുന്ന കാൽ വണ്ടിക്കകത്ത് വയ്ക്കാൻ കഴിഞ്ഞില്ല. ഇതുകണ്ട അമീരാൻ ഓടിച്ചെന്ന് അന്ത്രോബിന്റെ കാലെടുത്ത് അകത്തേക്കിട്ടു. അന്ത്രോബിന് അത്ഭുതമായി.

"എന്റെ കാല് ഒറ്റയ്ക്ക് പൊക്കാൻ മാത്രം ധൈര്യമുള്ളവനോ? ആരെടാ നീ?"

അമീരാനെ എല്ലാവരുംകൂടി മുന്നോട്ടു തള്ളി. അമീരാന് പേടി തോന്നി.

"അവനെന്റെ കൈപിടിച്ച് ഒടിക്കട്ടെ. അവന്റെ ശക്തി ഒന്നു കാണണമല്ലോ." ഇതുംപറഞ്ഞ് അയാൾ ഒരു ഉരുളൻ പാറ അവന്റെ മുന്നിലേക്ക് തട്ടിയിട്ടു. അയാൾ കൈകൊണ്ട് പാറപൊട്ടിച്ച് തുണ്ടം തുണ്ടമാക്കി. എന്നിട്ട് കൈനീട്ടി. അമീരാൻ കൈയിൽ പിടിച്ചു. "എന്റെ മകനെ ഞാൻ നിന്നെ ഏൽപ്പിക്കുന്നു. അവനെ നീ ചതിക്കരുത്. സ്വന്തം സഹോ

ദരനെപ്പോലെ കരുതാം. ഞാൻ പോകുന്നു." അന്ത്രോബ് യാത്ര പറഞ്ഞു. വണ്ടി ശ്മശാനത്തിലേക്ക് നീങ്ങി.

അന്ത്രോബിന്റെ മകൻ അമീരാന്റെ പിന്നാലെ നടന്നു.

കുറേ നടന്നപ്പോൾ അമീരാന് ഉറക്കം വന്നു. അവൻ ഒരു മരത്തണലിൽ ഉറങ്ങാൻ കിടന്നു. ഉണർന്നപ്പോൾ മരക്കൊമ്പിൽ രണ്ടു കലമാനിന്റെ തൊലി ഉരിച്ച് കെട്ടിത്തൂക്കിയിരിക്കുന്നു.

"ആരാ ഇതിനെ കൊന്നത്?" അമീരാൻ ചോദിച്ചു.

"ഞാനാ." അന്ത്രോബിന്റെ മകൻ പറഞ്ഞു.

"ഹമ്പടാ വീരാ ചെറുപ്പത്തിലേ കേമനാണല്ലോ. ഇവൻ വലുതായാൽ എന്നെ കൊന്നതുതന്നെ. ഇവനെ ജീവനോടെ വെച്ചാൽ ശരിയാവില്ല." അമീരാൻ കരുതി. അവൻ അന്ത്രോബിന്റെ മകനെക്കൊന്ന് ശവം അവിടെത്തന്നെയിട്ട് കേകലസിന്റെ മകളെത്തേടി പുറപ്പെട്ടു.

അവസാനം കേതു താമസിക്കുന്ന സ്ഥലത്തെത്തി. അമീരാൻ ഉസ്ബിയോട് പറഞ്ഞു:

"ചാടി ആ ചങ്ങല പിടിക്കാൻ പറ്റുമോന്ന് നോക്ക്. അല്ലെങ്കിൽ അരിവാളുകൊണ്ട് ആ ചങ്ങല അറുത്തിട്."

ഉസ്ബി എത്ര ചാടിയിട്ടും ചങ്ങല പിടിക്കാൻ കഴിഞ്ഞില്ല. ബദിരിയും പരാജയപ്പെട്ടു. അമീരാൻ ചാടി ചങ്ങല പിടിച്ചു. അവൻ വാളുകൊണ്ട് ആഞ്ഞൊരു വെട്ട്. ഗോപുരം താഴെ മറിഞ്ഞുവീണു. ആദ്യനോട്ടത്തിൽത്തന്നെ കേതുവിന് അമീരാനെ ഇഷ്ടമായി. അമീരാന് അവളേയും.

വിവരമറിഞ്ഞ് കേകലസ്സ് രാജാവും പട്ടാളവും പടയ്ക്കൊരുങ്ങി. പട്ടാളത്തെ കണ്ട് അമീരാന് കലികയറി. അവരുമായി പടവെട്ടാൻ അവൻ ഉസ്ബിയെ അയച്ചു.

ഉസ്ബി ഒന്നാംനിര ഭേദിച്ച് കേകലസ് രാജാവിന്റെ അടുത്തെത്തി. രാജാവ് ഒറ്റവെട്ടിന് അവന്റെ തല അരിഞ്ഞു.

അപ്പോൾ ബദിരി ഇറങ്ങി. അവൻ രണ്ടാംനിര തകർത്തു. അപ്പോഴേക്ക് രാജാവ് അവനേയും കൊന്നു.

അങ്കക്കലിപൂണ്ട അമീരാൻ യുദ്ധക്കളത്തിൽ ഇറങ്ങാൻ തുനിഞ്ഞപ്പോൾ കേതു പറഞ്ഞു:

"അച്ഛന്റെ കിരീടത്തിനു കീഴിൽ വലിയൊരു കരിങ്കല്ലുണ്ട്. ഒരു സ്വർണച്ചങ്ങലകൊണ്ടാണ് കല്ല് കിരീടത്തിൽ ഉറപ്പിച്ചിരിക്കുന്നത്. ആ ചങ്ങല പൊട്ടിച്ചാൽ കല്ല് അച്ഛന്റെ കഴുത്തിൽ വീഴും. ആ തക്കംനോക്കി വേണം അച്ഛന്റെ കഴുത്ത് വെട്ടാൻ. അല്ലാതെ അച്ഛനെ കൊല്ലാനാവില്ല."

ഉസ്ബിയും ബദിരിയും പരാജയപ്പെട്ടിടത്ത് അമീരാൻ വിജയിച്ചു. കേകലസ്സ് രാജാവിന്റെ പട്ടാളത്തെ മുഴുവൻ അവൻ അരിഞ്ഞുവീഴ്ത്തി. അവസാനം മകൾ പറഞ്ഞപ്രകാരം അവൻ രാജാവിനേയും കൊന്നു.

യുദ്ധം ജയിച്ചെങ്കിലും അമീരാൻ ദുഃഖിതനായിരുന്നു. ഉസ്ബിയേയും ബദിരിയേയും കൂടാതെ എങ്ങനെ നാട്ടിൽ തിരിച്ചുചെല്ലും? കേതു സമാധാനിപ്പിക്കാൻ ചെന്നു.

"ശവക്കൂമ്പാരത്തിൽ നിന്ന് അനുജന്മാരുടെ ശവം നിങ്ങൾക്ക് തിരിച്ച റിയാൻ കഴിയുമോ?"

"തീർച്ചയായും. ഉസ്ബിയുടെ കൈവിരലിൽ സൂര്യന്റെ അടയാളം കൊത്തിയ മോതിരമുണ്ട്. ബദിരിയുടെ വിരലാകട്ടെ ചന്ദ്രക്കല കൊത്തി യതും."

അമീരാനും കേതുവും ശവക്കൂമ്പാരങ്ങൾക്കിടയിൽ പരിശോധന തുടങ്ങി. വളരെ നേരത്തെ ശ്രമത്തിനുശേഷം അമീരാന് സഹോദരന്മാ രുടെ ശവശരീരം കണ്ടെത്താൻ കഴിഞ്ഞു. കേതു മന്ത്രശക്തിയിൽ അവർക്ക് വീണ്ടും ജന്മം നൽകി.

അമീരാന് സന്തോഷമായി. കേകലസ്സ് രാജാവിന്റെ മാലും മുതലും നിറച്ച വണ്ടികളുമായി അവർ നാട്ടിലേക്ക് തിരിച്ചു. മക്കളെ തിരിച്ചു കിട്ടി യതിൽ ഇമ്മാൻ അകമഴിഞ്ഞ് സന്തോഷിച്ചു. ഇനി യുദ്ധത്തിനു പോകു മ്പോൾ ഉസ്ബിയും ബദിരിയും കൂടെ ഇറങ്ങരുത്. അമീരാൻ താക്കീതു ചെയ്തു.

അമീരാൻ വീണ്ടും ഒരുപാട് യുദ്ധങ്ങൾ നടത്തി. എല്ലാറ്റിലും വിജയിച്ചു. പലരേയും കൊന്നു. അമീരാന്റെ പേരു കേൾക്കുമ്പോൾ രാജാ ക്കന്മാർ ഞെട്ടിവിറച്ചു. ഭൂതഗണങ്ങളും രാക്ഷസന്മാരും വരെ അവനെ പേടിച്ച് ഒളിച്ചു നടന്നു.

ശത്രുക്കളെ മുഴുവൻ അവൻ കൊന്നൊടുക്കി. ഈ ലോകത്തിൽ മൂന്ന് ചെകുത്താന്മാരും മൂന്ന് കാട്ടുകരടികളും മൂന്ന് ചവോക്കുമരവും മാത്രമേ അവന് കീഴടങ്ങാത്തതായുള്ളൂ. അഹങ്കാരം മൂത്ത അമീരാൻ ദൈവത്തിനെപ്പോലും വെല്ലുവിളിക്കാൻ തുടങ്ങി. അവൻ മൂന്നുപ്രാവശ്യം സത്യം ലംഘിച്ചു. പല തെറ്റുകളും ചെയ്തു. അവന്റെ അതിക്രമങ്ങൾ കണ്ട് സഹിക്കാൻ കഴിയാതായപ്പോൾ ദൈവം അവനെ ശിക്ഷിക്കാൻ തീരുമാനിച്ചു. ഉറങ്ങിക്കിടന്ന അമീരാനെ ഇരുമ്പുചങ്ങല കൊണ്ട് കെട്ടി ദൈവം ആകാശത്തേക്കുയർത്തി. എന്നിട്ട് വലിച്ചൊരേറ്. അമീരാൻ ഉരു ണ്ടുരുണ്ട് ഒരു കൊല്ലിയിലേക്ക് വീണു. അമീരാനെപ്പോലെ തന്നെ ദുഷ്ട നും ക്രൂരനുമായ ഖുർഷ എന്ന മനുഷ്യനേയും ദൈവം ഇതേ പ്രകാരം ശിക്ഷിച്ചു. എല്ലാ വർഷാവസാനവും അമീരാനും ഖുർഷയും ഞരങ്ങി ഞരങ്ങി കുഴിയിൽ നിന്ന് കരകയറാൻ ശ്രമിക്കും. ഏകദേശം മുകളിലെ ത്താറാവുമ്പോൾ ഒരു പക്ഷി വന്ന് അവരുടെ ദേഹത്ത് ഇരിക്കും. അരിശം അടക്കാൻ കഴിയാതെ അമീരാൻ അതിനെ അടിക്കാൻ ശ്രമി ക്കും. പക്ഷി പറന്നുപോകും. അമീരാൻ വീണ്ടും കൊല്ലിയിലേക്ക് വീഴും. അങ്ങനെ കൊല്ലങ്ങൾ കഴിഞ്ഞുപോയി.

തെറ്റു ചെയ്യുന്നവർ ആരായാലും ദൈവശിക്ഷ അനുഭവിക്കേണ്ടിവരും.

5

തൊഴിലിന്റെ മഹത്വം

അഫ്ഗാനിസ്ഥാനിലെ 'വാചാ' രാജാവിന്റെ മകനാണ് 'വചകൻ.' രാജകുമാരന് ഒന്നിലും ഉത്സാഹമില്ല. എപ്പോഴും ദുഃഖിതൻ. മഹാറാണിക്ക് സങ്കടമായി. അലസനായി ചടഞ്ഞിരിക്കുന്ന മകനോട് അവർ ചോദിച്ചു:

"എന്തുപറ്റി മോനേ നിനക്ക്? എന്തിനാ എപ്പോഴും ഇങ്ങനെ ദുഃഖിച്ചിരിക്കുന്നത്? എന്തായാലും ഞങ്ങളോട് തുറന്നുപറയാൻ മടിക്കണ്ട."

"എനിക്ക് എല്ലാം മടുത്തു. കൊട്ടാരത്തിലെ ആർഭാടങ്ങളും ആഹ്ലാദവും ഒന്നും എനിക്ക് പിടിക്കുന്നില്ല. ഞാൻ ഏതെങ്കിലും ഗ്രാമത്തിലേക്ക് പുറപ്പെടുകയാണ്."

"ഇപ്പോൾ നിന്റെ അസുഖം മനസിലായി. നിനക്ക് നാദിയയെ കാണണം അല്ലേ? അവളുടെ ഗ്രാമത്തിലായിരിക്കും പുറപ്പാട് അല്ലേ?"

"നിങ്ങൾക്ക് അവളുടെ പേരെങ്ങനെ മനസിലായി."

"നമ്മുടെ തോട്ടത്തിലെ രാപ്പാടികളാണ് അവളെക്കുറിച്ച് എന്നോട് പറഞ്ഞത്. മകനേ, നീ അഫ്ഗാൻ രാജാവിന്റെ മകനാണെന്ന കാര്യം മറക്കരുത്. രാജകുമാരന് ഒരു ഗ്രാമീണപ്പെൺകുട്ടിയെ വിവാഹം കഴിക്കാനുള്ള സ്വാതന്ത്ര്യമില്ല. ഏതെങ്കിലും രാജകുമാരിയെ തെരഞ്ഞെടുക്കണം. എത്ര നല്ല സുന്ദരികളായ രാജകുമാരിമാരുണ്ട്? ജോർജിയ രാജാവിന് മൂന്നാണ് പെൺമക്കൾ. മൂന്നുപേരും അതിസുന്ദരികൾ. അതിൽ ഒന്നിനെ തെരഞ്ഞെടുത്തോളൂ. ജൂഗാർരാജാവിനും ഒരു മകളുണ്ട്. അപ്സരസിനെപ്പോലെ സുന്ദരി. അതൊന്നും വേണ്ടെങ്കിൽ പോട്ടെ, നമ്മുടെ പടത്തലവന്റെ മകളെ വിവാഹം കഴിച്ചോളൂ. നമ്മുടെ കണ്ണിനു മുമ്പിൽ വളർന്ന കുട്ടി. കണ്ടാലും നന്ന്. പട്ടുപോലത്തെ സ്വഭാവം."

"പക്ഷേ, എനിക്ക് നാദിയയെ മാത്രം...."

മുഴുമിപ്പിക്കാതെ രാജകുമാരൻ എണീറ്റ് തോട്ടത്തിലേക്ക് നടന്നു.

വചകന് ഇരുപത്തിയൊന്ന് തികയുന്നേയുള്ളൂ. മെലിഞ്ഞു വിളർത്ത കുമാരന് എന്നും അസുഖമാണ്. രാജാവ് മകനെ അരികിൽ വിളിച്ചിട്ട് പറഞ്ഞു: "മോനേ, വചകാ നീ മാത്രമാണ് എന്റെ പ്രതീക്ഷ. നീ ഉടനെ വിവാഹം കഴിക്കണം. ഭരണത്തിൽ എന്നെ സഹായിക്കുകയും വേണം. അതാണല്ലോ നാട്ടുനടപ്പ്." വചകൻ കേട്ടഭാവം കാണിച്ചില്ല. രാജകുമാരൻ എന്നും രാവിലെ നായാട്ടിനിറങ്ങും. സന്ധ്യ കഴിഞ്ഞാലേ തിരിച്ചെത്തൂ. മറ്റു രാജ്യങ്ങളിലെ രാജകുമാരന്മാരൊക്കെ വചകനുമായി ചങ്ങാത്തത്തിന് ആഗ്രഹിച്ചു. പക്ഷേ, അവൻ ആരുമായും അടുത്തില്ല. തന്റെ വിശ്വസ്ത ഭൃത്യൻ വിക്രമനേയും വളർത്തുനായ ജംഗ്ലിയെയും മാത്രമേ നായാട്ടിനു പോകുമ്പോൾ രാജകുമാരൻ കൂടെ കൊണ്ടുപോകാറുള്ളൂ. രാജകുമാരനും ഭൃത്യനും ഒരേതരത്തിലുള്ള വേഷം ധരിച്ചാണ് നായാട്ടിനിറങ്ങുന്നത്. തോളത്ത് അമ്പും വില്ലും. അരയിൽ വാളും കത്തിയും. ഏതാണ് ഭൃത്യൻ. ഏതാണ് രാജകുമാരൻ എന്ന് നാട്ടുകാർക്ക് മനസിലാവില്ല.

ഈ യാത്ര രാജകുമാരന്റെ ആരോഗ്യം പുഷ്ടിപ്പെടുത്തി. കുമാരന് ഓജസ്സും ശക്തിയും വീണ്ടുകിട്ടി.

വചകനും വിക്രമനും ഒരിക്കൽ ഗ്രാമത്തിലെ കുളക്കരയിൽ വിശ്രമിക്കാനിരുന്നു. ഗ്രാമത്തിലെ കന്യകമാർ കുളത്തിൽ നിന്ന് വെള്ളമെടുക്കാനായി എത്തി. വചകന് വല്ലാത്ത ദാഹം തോന്നി.

"കുറച്ചു വെള്ളം തരുമോ?" കുമാരൻ ചോദിച്ചു.

ഒരുത്തി വെള്ളവുമായി അടുത്തുവന്നപ്പോൾ മറ്റൊരുത്തി കുടം തട്ടിപ്പറിച്ച് വെള്ളം കമഴ്ത്തിക്കളഞ്ഞു. ഒരുതുള്ളിമാത്രം കുമാരന്റെ വായിലേക്കൊഴിച്ചു.

വചകന് ദാഹിച്ച് തൊണ്ട പൊട്ടുന്നുണ്ടായിരുന്നു. അഞ്ചുതവണ അവൾ വെള്ളം തറയിലൊഴിച്ചു. ആറാംതവണ അവൾ ഒരു കുടം നിറയെ വെള്ളം കുമാരന് കൊടുത്തു. വെള്ളം കുടിച്ചിട്ട് വചകൻ ചോദിച്ചു:

"നീയെന്താ എനിക്കാദ്യമേ വെള്ളം തരാഞ്ഞത്? എന്നെ പരിഹസിക്കുകയായിരുന്നു അല്ലേ?"

"അപരിചിതരെ പരിഹസിക്കുക ഞങ്ങളുടെ മര്യാദയല്ല. നിങ്ങൾ വല്ലാതെ അവശനായിരുന്നു. വല്ലാത്ത ദാഹമുണ്ടായിരുന്നു. പെട്ടെന്ന് ഒരുപാട് തണുത്ത വെള്ളം കുടിച്ചാൽ ആരോഗ്യത്തിന് കേടാണ്. അതുകൊണ്ടാണ് കുറേശ്ശെയായി ഒഴിച്ചത്."

യുവതിയെ കുമാരന് വളരെ ഇഷ്ടപ്പെട്ടു.

"എന്താ നിന്റെ പേര്?"

"നാദിയ."

"ആരാ നിന്റെ അച്ഛൻ?"

“ഗ്രാമത്തിലെ ആട്ടിടയനാണ്. പേര് ആരോൺ. പക്ഷേ, നിങ്ങളെ ന്തിനാ ഞങ്ങടെ ഊരും പേരും തിരക്കുന്നത്?”

“ഒരാളുടെ ഊരും പേരും തിരക്കുന്നതിലെന്താ തെറ്റ്?”

“അങ്ങനെയാണെങ്കിൽ നിങ്ങളാരാണെന്ന് പറയൂ.”

“സത്യം പറയണോ, അതോ അസത്യം പറയണോ?”

“അങ്ങയുടെ അന്തസ്സിന് ചേർന്നത് എന്താണെന്ന് തോന്നുന്നുവോ അതു പറ.”

“സത്യം പറയുന്നതാണ് അന്തസ്സിന് ചേരുകയെങ്കിലും സത്യം പറയാൻ എനിക്കിപ്പോൾ നിവൃത്തിയില്ല. പക്ഷേ, താമസിയാതെ നിന്നോട് സത്യം പറയാമെന്ന് ഞാൻ വാക്കു തരുന്നു.”

“നല്ല കാര്യം. എന്റെ കുടം മടക്കിത്തരൂ.”

നാദിയ യാത്ര ചോദിച്ച് പിരിഞ്ഞു. നായാട്ടുകാർ രാത്രി കൊട്ടാരത്തിൽ തിരിച്ചെത്തി. വിശ്വസ്തനായ വിക്രമൻ അന്നുതന്നെ മഹാറാണിയോട് നടന്നതെല്ലാം പറഞ്ഞുകേൾപ്പിച്ചു. അങ്ങനെയാണ് റാണി വിവരമറിഞ്ഞത്.

മറ്റൊരു വിവാഹം കഴിക്കാൻ എത്ര നിർബന്ധിച്ചിട്ടും വചകൻ കൂട്ടാക്കിയില്ല. അവസാനം അച്ഛനും അമ്മയും മകന്റെ ഇഷ്ടത്തിനു വഴങ്ങി. വിക്രമനേയും രണ്ടു പണ്ഡിതരേയും അവർ ആട്ടിടയന്റെ വീട്ടിലേക്കയച്ചു.

അവരെ കണ്ടപ്പോൾ ഇടയന് സന്തോഷമായി. അയാൾ അവർക്ക് ഇരിക്കാൻ പരവതാനി വിരിച്ചു.

“ഹാ എത്ര ഭംഗിയുള്ള പരവതാനി! വീട്ടുകാരി നെയ്തതായിരിക്കും അല്ലേ?” വിക്രമൻ ചോദിച്ചു.

“എന്റെ വീട്ടുകാരി പത്തുകൊല്ലം മുമ്പ് മരിച്ചുപോയി. ഇത് എന്റെ മകൾ നാദിയ നെയ്തതാണ്.”

“രാജകൊട്ടാരത്തിൽപോലും ഇത്ര മനോഹരമായ പരവതാനിയില്ല. നിങ്ങളുടെ മകൾ സമർഥ തന്നെ.” ഒരു പണ്ഡിതൻ പറഞ്ഞു.

“അവളുടെ ഖ്യാതി കൊട്ടാരത്തിലും എത്തിയിരിക്കുന്നു. നിങ്ങളുടെ മകളെ രാജകുമാരൻ വിവാഹം കഴിക്കാൻ ആഗ്രഹിക്കുന്നു. അക്കാര്യം ആലോചിക്കാനാണ് ഞങ്ങളെ ഇങ്ങോട്ടേക്കയച്ചിരിക്കുന്നത്.”

ഇടയൻ സന്തോഷംകൊണ്ട് തുള്ളിച്ചാടുമെന്നാണ് അയാൾ കരുതിയത്. പക്ഷേ, അയാൾക്ക് അനക്കമില്ല. അയാൾ തലകുനിച്ചിരുന്ന് പരവതാനിയിൽ വിരലോടിക്കുകയായിരുന്നു.

“നിങ്ങളെന്താ ഒന്നും മിണ്ടാത്തത്? ഇത്ര സന്തോഷകരമായ ഒരു കാര്യം അറിയിച്ചിട്ടും നിങ്ങൾ വളരെ സങ്കടപ്പെടുന്നതായിട്ടാണല്ലോ കാണുന്നത്? ബലം പ്രയോഗിച്ചു നിങ്ങളുടെ മകളെ കൊണ്ടുപോകാൻ ഞങ്ങൾക്ക് ആഗ്രഹമില്ല. നിങ്ങൾക്ക് സമ്മതമാണെങ്കിൽ അവളെ ഞങ്ങളോടൊപ്പം അയച്ചുതരൂ. അല്ലെങ്കിൽ വേണ്ട.”

“മാന്യ അതിഥികളേ, ക്ഷമിക്കണം എന്റെ മകളെ നിർബന്ധിക്കാൻ എനിക്കാവില്ല. അവൾക്ക് സമ്മതമാണെങ്കിൽ എനിക്കെതിരില്ലതാനും.”

അപ്പോൾ ഒരു കുട്ടനിറയെ പഴങ്ങളുമായി നാദിയ എത്തി. അതിഥികളെ വന്ദിച്ചു പഴക്കുട്ട അവരുടെ മുന്നിൽ വെച്ചിട്ട് അവൾ തറിയിൽ പണി തുടങ്ങി. അവളുടെ അതിമനോഹരമായ വിരലുകൾ ചലിക്കുന്നതും നോക്കി അതിഥികളിരുന്നു.

"നിനക്ക് ഒരുപാട് സഖികളുണ്ടെന്നാണല്ലോ ഞാൻ കേട്ടത്. അവരൊക്കെ എവിടെ?" വിക്രമൻ ചോദിച്ചു.

"അവർ മുന്തിരി പറിക്കാൻ പോയിരിക്കുകയാണ്."

"നീ നാട്ടുകാരെ എഴുത്തും വായനയും പഠിപ്പിക്കുന്നുണ്ടെന്ന് കേട്ടല്ലോ? നേരാണോ?"

"അതേ. ഞങ്ങളുടെ ഇടയർക്കു പോലും എഴുത്തും വായനയും അറിയാം. ആടു മേയ്ക്കാൻ പോകുമ്പോൾ അവർ അന്യോന്യം പഠിപ്പിക്കും. ഇവിടുത്തെ കാട്ടിലെ മരങ്ങളിലെല്ലാം അവർ അക്ഷരങ്ങൾ കൊത്തിയിട്ടിട്ടുണ്ട്. പാറക്കെട്ടിലും കുന്നിലും മലയിലും അവർ കരികൊണ്ട് എഴുതി നിറച്ചത് നിങ്ങൾക്കു കാണാം."

"ഞങ്ങളുടെ നഗരത്തിൽ എഴുത്തിനും വായനയ്ക്കും വലിയ പ്രിയമൊന്നുമില്ല. പട്ടണവാസികൾ മടിയന്മാരാണ്. പക്ഷേ, നീ ഞങ്ങളുടെ കൂടെ വരികയാണെങ്കിൽ നിനക്ക് അവരേയും എഴുത്ത് പഠിപ്പിക്കാം. നാദിയാ, നീ കുറച്ചുനേരത്തേക്ക് നിന്റെ ജോലിയൊന്ന് നിർത്തിവെക്ക്. എനിക്ക് നിന്നോട് ഒരത്യാവശ്യകാര്യം പറയാനുണ്ട്. ദേ, ഇതൊക്കെ നോക്കിക്കേ. രാജാവ് നിനക്കുവേണ്ടി തന്നയച്ച സമ്മാനങ്ങളാണ്.

വിക്രമൻ പട്ടുവസ്ത്രങ്ങളും വൈരക്കൽ പതിച്ച ആഭരണങ്ങളും അവളുടെ മുന്നിൽ നിരത്തി.

"രാജാവിനെന്താ എന്നോടിത്ര താൽപ്പര്യം തോന്നാൻ?"

"ഞങ്ങളുടെ രാജകുമാരൻ കഴിഞ്ഞ വസന്തത്തിൽ നിന്നെ കണ്ടിരുന്നു. നീ അദ്ദേഹത്തിന് കുടിക്കാൻ വെള്ളം കൊടുത്തു. രാജകുമാരന് നിന്നെ വല്ലാതെ ഇഷ്ടപ്പെട്ടു. നിന്നെ മാത്രമേ വിവാഹം കഴിക്കൂ എന്നാണ് ശാഠ്യം. ഈ ആഭരണങ്ങളും പട്ടുവസ്ത്രങ്ങളും നിനക്കുള്ളതാണ്."

"അപ്പോ ആ വേട്ടക്കാരൻ രാജകുമാരനായിരുന്നു അല്ലേ?"

"അതേ."

"അദ്ദേഹം സുന്ദരൻ തന്നെ. പക്ഷേ, അദ്ദേഹത്തിന് എന്തെങ്കിലും തൊഴിലറിയാമോ?"

"നാദിയാ, അദ്ദേഹം രാജകുമാരനാണ്. ഈ നാട്ടിന്റെ നാഥൻ. ജനങ്ങൾ മുഴുവൻ അദ്ദേഹത്തിനുവേണ്ടിയാണ് ജോലിചെയ്യുന്നത്. അദ്ദേഹമെന്തിനാ തൊഴിൽ പഠിക്കുന്നത്?"

"ഭരണകർത്താവ് എപ്പോഴും നല്ലൊരു തൊഴിലാളിയായിരിക്കണം. രാജാവായാലും മന്ത്രിയായാലും സാധാരണക്കാരനായാലും അവരവരുടെ തൊഴിൽ അറിയണം."

അതുകേട്ട് പണ്ഡിതന്മാർക്ക് അത്ഭുതം.

"അപ്പോൾ രാജകുമാരനെ വിവാഹം കഴിക്കാൻ നിനക്ക് ഇഷ്ടമില്ലെന്നാണോ പറയുന്നത്?" വിക്രമൻ ചോദിച്ചു.

"അങ്ങനെ ഞാൻ പറഞ്ഞില്ല. രാജകുമാരനോട് എനിക്ക് ഇഷ്ടക്കേടൊന്നുമില്ല. പക്ഷേ, തൊഴിലറിയുന്ന ഒരാളെ മാത്രമേ ഞാൻ വിവാഹം കഴിക്കൂ എന്ന് ശപഥം ചെയ്തുപോയി. അതുകൊണ്ടാണ് സമ്മാനങ്ങൾ തിരിച്ചെടുക്കാൻ പറഞ്ഞത്."

നാദിയയുടെ അഭിപ്രായം അറിഞ്ഞ് രാജാവിനും രാജ്ഞിക്കും സന്തോഷമായി. ആ വല ഒഴിഞ്ഞല്ലോ എന്നോർത്ത് അവർ സന്തോഷിച്ചു. പക്ഷേ, വചകൻ പറഞ്ഞു:

"നാദിയ പറഞ്ഞതാണ് നേര്. മറ്റുള്ളവരെപ്പോലെ ഞാനും ഒരു തൊഴിൽ പഠിക്കേണ്ടതാണ്."

രാജാവ് മന്ത്രിസഭ വിളിച്ചുകൂട്ടി ചർച്ചചെയ്തു. രാജകുമാരന് പറ്റിയ തൊഴിലെന്ത്? അവസാനം കണ്ടുപിടിച്ചു. രാജകുമാരൻ കസവ് നെയ്ത് പഠിക്കട്ടെ. പേർഷ്യയിൽനിന്ന് ഇതിനായി ഒരു വിദഗ്ധനെ കൊണ്ടുവന്നു. ഒരു കൊല്ലംകൊണ്ട് രാജകുമാരൻ കസവുനെയ്ത്തിൽ പ്രാവീണ്യം നേടി. താൻ നെയ്ത കസവുപുട കുമാരൻ നാദിയയ്ക്ക് കൊടുത്തയച്ചു.

"ഹാ നന്നായിരിക്കുന്നു. പഴഞ്ചൊല്ലിൽ പതിരില്ലെന്ന് ഇപ്പോൾ മനസിലായില്ലേ? രാജാവും നെയ്ത്തുകാരനായി. ഈ പരവതാനി എന്റെ സമ്മാനമായി അദ്ദേഹത്തിന് കൊടുക്കണം." നാദിയ താൻ നെയ്ത ഒരു പരവതാനി കൊടുത്തിട്ട് പറഞ്ഞു.

വിവാഹത്തിന് ഒരുക്കങ്ങൾ തുടങ്ങി. ഏഴുദിവസത്തെ ആഘോഷമായിട്ടാണ് വിവാഹം നടത്തിയത്.

വിവാഹം കഴിഞ്ഞ് അധികനാൾ കഴിയുന്നതിനുമുമ്പ് വചകന്റെ വിശ്വസ്തഭൃത്യൻ വിക്രമനെ കാണാതായി. തിരയാത്ത സ്ഥലങ്ങളില്ല. പട്ടാളക്കാർ നാടും വീടും അരിച്ചുപെറുക്കി. വിക്രമനെ എങ്ങും കണ്ടില്ല. രാജാവും റാണിയും വാർധക്യം കാരണം മരിച്ചു. വചകൻ രാജാവായി.

ഒരിക്കൽ നാദിയ ഭർത്താവിനോട് പറഞ്ഞു "അങ്ങേക്ക് ഇനിയും രാജ്യകാര്യങ്ങളിൽ നിപുണത വന്നിട്ടില്ല. ജനങ്ങൾ അങ്ങയോട് ഒന്നും തുറന്നുപറയുന്നില്ല. അങ്ങ് വേഷപ്രച്ഛന്നനായി നടന്ന് ജനങ്ങളുടെ ക്ഷേമം ആരായുന്നത് നന്നായിരിക്കും."

"ശരിയാണ് നീ പറഞ്ഞത്. മുമ്പ് നായാട്ടിനുപോയിരുന്ന കാലത്ത് ഞാൻ ജനങ്ങളുമായി അടുത്ത് ഇടപഴകിയിരുന്നു. പക്ഷേ, ഞാൻ സ്ഥലം വിട്ടാൽ ആരാ രാജ്യം ഭരിക്കുന്നത്?"

"അക്കാര്യം ഞാനേറ്റു. നിങ്ങൾ സ്ഥലത്തില്ലെന്ന് ഒരു കുട്ടിപോലും അറിയാതെ ഞാൻ നോക്കിക്കൊള്ളാം." നാദിയ പറഞ്ഞു.

"ഞാൻ നാളെത്തന്നെ പുറപ്പെടുകയാണ്. ഇരുപത് ദിവസത്തിനകം ഞാൻ തിരിച്ചെത്തിയില്ലെങ്കിൽ എനിക്ക് എന്തെങ്കിലും ആപത്ത് പറ്റിയിട്ടുണ്ടെന്ന് കരുതിക്കോളണം. ചിലപ്പോൾ മരിച്ചുപോയെന്നും വരാം."

നഗരമധ്യത്തിൽ വിശാലമായൊരു മൈതാനമുണ്ട്. അതിനുചുറ്റുമായിട്ടാണ് ചന്തയും മറ്റു കടകളും. ഒരിക്കൽ മൈതാനത്തിലിരിക്കുമ്പോൾ ജനക്കൂട്ടം ഒരു കിഴവനെ പിന്തുടരുന്നത് വചകൻ കണ്ടു. അദ്ദേഹം സഞ്ചരിക്കുന്ന വഴി ജനങ്ങൾ അടിച്ചുവാരി വൃത്തിയാക്കുന്നുണ്ടായിരുന്നു. കല്ലും മുള്ളുമെല്ലാം മാറ്റിക്കൊണ്ടിരുന്നു.

"ആരാ അത്?" വചകൻ ഒരാളോട് ചോദിച്ചു.

"അതാരാണെന്നറിയില്ലേന്നോ? ഞങ്ങളുടെ പുരോഹിതനാണ്. അദ്ദേഹം പുണ്യവാളനാണ്. അദ്ദേഹം പോകുന്ന വഴിയിൽ പ്രാണികൾ പോലും ഉണ്ടാകരുത്. കാലിനടിയിൽ എന്തെങ്കിലും പെട്ടുപോകുമോ എന്നദ്ദേഹത്തിന് ഭയമാണ്."

പുരോഹിതന് വിശ്രമിക്കാൻ ജനങ്ങൾ മൈതാനത്ത് പരവതാനി വിരിച്ചു. അദ്ദേഹം അതിൽ മുട്ടുകുത്തിയിരുന്ന് ജനങ്ങളോട് സംസാരിക്കാൻ തുടങ്ങി. പ്രഭാഷണം കേൾക്കാൻ വേണ്ടി വചകൻ മുൻനിരയിൽ ചെന്നിരുന്നു. പുരോഹിതന്റെ കണ്ണുകൾ തിളങ്ങുന്നുണ്ടായിരുന്നു. വചകനെ കണ്ടതും അയാൾ ആ നാട്ടുകാരനല്ലെന്ന് പുരോഹിതന് മനസിലായി.

"ആരാ നീ? എന്തിനിവിടെ വന്നു?" പുരോഹിതൻ ചോദിച്ചു.

"ഞാൻ മറ്റൊരു നാട്ടിൽ നിന്നുവന്ന തൊഴിലാളിയാണ്. തൊഴിലന്വേഷിച്ച് എത്തിയതാണ്." വചകൻ പറഞ്ഞു.

"എങ്കിൽ എന്റെ കൂടെ പോന്നോളൂ. ജോലി തരാം. നല്ല ശമ്പളവും തരാം."

വചകൻ തലകുലുക്കി. പുരോഹിതൻ എന്തോ പതുക്കെ പറഞ്ഞപ്പോൾ അനുയായികൾ നാലുപാടും പിരിഞ്ഞുപോയി. അൽപ്പംകഴിഞ്ഞപ്പോൾ തലച്ചുമടുമായി രണ്ടുമൂന്നു ചുമട്ടുകാർ എത്തി. പുരോഹിതൻ ഒന്നും മിണ്ടാതെ നടത്തം തുടർന്നു. വചകനും ചുമട്ടുകാരും അദ്ദേഹത്തെ പിന്തുടർന്നു. അവർ നഗരാതിർത്തിയിൽ എത്തി.

നഗരം കഴിഞ്ഞ് കുറേ ദൂരം ചെന്നപ്പോൾ ഒരു വലിയ മതിൽക്കെട്ടിനടുത്തെത്തി. പുരോഹിതൻ കീശയിൽ നിന്ന് താക്കോലെടുത്ത് വാതിൽ തുറന്നു. മതിൽക്കെട്ടിനകത്ത് മൈതാനത്തിനു നടുവിൽ മതിലുകളാൽ ചുറ്റപ്പെട്ട ഒരു ക്ഷേത്രം. ചുമട്ടുകാർ അവരുടെ ഭാരം ക്ഷേത്രനടയിൽ ഇറക്കിവെച്ചു. പുരോഹിതൻ മറ്റൊരു ഇരുമ്പുവാതിൽ തുറന്നിട്ട് ചുമട്ടുകാരോടും വചകനോടും പറഞ്ഞു:

"അകത്ത് ചെന്നോളൂ. അവിടെ ധാരാളം ജോലിയുണ്ട്."

അവർ അത്ഭുതത്തോടെ അകത്തേക്ക് നടന്നു. സർവത്ര ഇരുട്ട്. അന്യോന്യം കാണാൻ പോലും കഴിയുന്നില്ല. അവർ പരുങ്ങിനിന്നു. അപ്പോഴേക്കും പുരോഹിതൻ വാതിൽ പുറത്തുനിന്നും പൂട്ടി. മറ്റു പോംവഴിയൊന്നുമില്ലെന്നറിഞ്ഞ അവർ ഇരുട്ടിലൂടെ മുന്നോട്ടു നീങ്ങി.

കുറേദൂരം ചെന്നപ്പോൾ ഒരു മങ്ങിയ പ്രകാശനാളം കണ്ടു. ഗുഹയിൽ നിന്ന് ഞരക്കങ്ങളും നിലവിളിയും കേൾക്കുന്നുണ്ടായിരുന്നു. അവർ

കാതോർത്തു. ഒരു നിഴൽരൂപം അടുത്തേക്ക് വരുന്നുണ്ടായിരുന്നു. അടുത്തെത്തിയപ്പോഴാണ് അതൊരു മനുഷ്യരൂപമാണെന്ന് വചകന് മനസ്സിലായത്.

"ആരാണത്? മനുഷ്യനോ പിശാചോ? ഞങ്ങളെവിടെയാണെന്ന് ദയവുചെയ്ത് പറഞ്ഞുതരാമോ?" വചകൻ ഉറക്കെ ചോദിച്ചു.

നിഴൽ അവരുടെ മുന്നിൽ വന്നുനിന്നു. ആ രൂപം ഭയന്ന് വിറയ്ക്കുന്നുണ്ടായിരുന്നു. അതൊരു മനുഷ്യൻ തന്നെ. പക്ഷേ, ഉന്തിയ കവിളെല്ലുകളും കുഴിയിലാണ്ട കണ്ണുകളും. പ്രേതത്തിന്റെ മുഖമുള്ള ഒരു എല്ലിൻകൂട്. അവൻ തേങ്ങിക്കരഞ്ഞുകൊണ്ടു പറഞ്ഞു:

"എന്റെ കൂടെ പോന്നോളൂ. എല്ലാം കാണിച്ചുതരാം."

വീതികുറഞ്ഞ ഇടനാഴികടന്ന് അവർ മറ്റൊരു ഗുഹയിലെത്തി. മനുഷ്യർ മരണവേദനകൊണ്ട് പിടഞ്ഞു നിലവിളിക്കുന്നുണ്ടായിരുന്നു. മൂന്നാമത്തെ ഗുഹയിൽ ചെമ്പുകളിൽ ആഹാരം വേവുന്നു. വചകൻ ഒരു ചെമ്പിലേക്ക് എത്തിനോക്കി. ഭയംകൊണ്ട് അവന്റെ സകല ഞരമ്പുകളും വിറച്ചു. ഒന്നു മിണ്ടാൻപോലും കഴിഞ്ഞില്ല. കുറച്ചുകൂടി ചെന്നപ്പോൾ വീണ്ടും ഇടുങ്ങിയ ഇടനാഴി. പാതി ഇരുട്ടിൽ പ്രേതരൂപം പൂണ്ട മനുഷ്യക്കോലങ്ങൾ പലതരം ജോലികളിൽ ഏർപ്പെട്ടിരിക്കുന്നു. ചിലർ തുണിയിൽ ചിത്രത്തുന്നൽ ചെയ്യുന്നു. ചിലർ വസ്ത്രം തുന്നുന്നു.

"ആ ചെകുത്താൻ പുരോഹിതൻ തന്നെയാണ് ഞങ്ങളേയും ഇവിടെ എത്തിച്ചത്. ഇവിടെ എത്തിയിട്ട് എത്ര കാലമായെന്നുപോലും എനിക്കിപ്പോൾ ഓർമയില്ല. എപ്പോഴും നിറഞ്ഞ ഇരുട്ട്. എന്റെ കൂടെ വന്നവരിൽ പലരും മരിച്ചു. തൊഴിൽ അറിയുന്നവരേയും അറിയാത്തവരേയും ആ ചെകുത്താൻ ഇങ്ങോട്ട് കൂട്ടിക്കൊണ്ടുവരും. ആദ്യം എത്തുന്നവരെക്കൊണ്ട് എല്ലുമുറിയെ പണിയെടുപ്പിക്കും. ആരോഗ്യം ക്ഷയിച്ച് ഒന്നിനും കൊള്ളാതാവുമ്പോൾ അവരെ അടുക്കളയിലേക്കയയ്ക്കും. അവിടെ കുട്ടകത്തിൽ വേവുന്നത് കണ്ടില്ലേ? ആ ചെകുത്താൻ ഇവിടെ ഒറ്റയ്ക്കല്ല. അവന് വേറെയും സഹായികളുണ്ട്.

വചകൻ ചുറ്റും നടന്നുനോക്കി. അക്കൂട്ടത്തിൽ വചകന്റെ വിശ്വസ്തഭൃത്യൻ വിക്രമനും ഉണ്ടായിരുന്നു. പക്ഷേ, വചകൻ അവനെ കണ്ടതായി നടിച്ചില്ല. എന്തെങ്കിലും ചോദിച്ചാൽ വിക്രമന് ആപത്താകുമോ എന്നായിരുന്നു പേടി.

വിക്രമൻ മറഞ്ഞപ്പോൾ വചകൻ അടുത്തുനിന്നവരോട് അവരുടെ തൊഴിലുകൾ ചോദിച്ചു മനസിലാക്കി. ഒരാൾ തുന്നൽക്കാരനായിരുന്നു. മറ്റേയാൾ നെയ്ത്തുകാരനും. പെട്ടെന്ന് കാലടിശബ്ദം കേട്ടു. പുരോഹിതനും ആയുധമേന്തിയ കുറേപേരും അവിടെ എത്തി.

"പുതുതായി വന്നവരാണോ നിങ്ങൾ?" പുരോഹിതൻ ചോദിച്ചു.

"അതേ അങ്ങുന്നേ." വചകൻ പറഞ്ഞു.

"നിങ്ങളിൽ തൊഴിലറിയുന്ന എത്ര പേരുണ്ട്?"

“ഞങ്ങളെല്ലാം തൊഴിലിൽ നിപുണരാണ്. സ്വർണത്തേക്കാൾ പതിന്മടങ്ങ് വിലയുള്ള പട്ടുതുണികൾ നെയ്യുന്നവരാണ് ഞങ്ങൾ.”

“അത്ര വിലപിടിച്ചതാണോ നിന്റെ തുണികൾ?”

“സംശയമുണ്ടെങ്കിൽ അങ്ങേക്ക് പരീക്ഷിച്ചുനോക്കാമല്ലോ.”

“പരീക്ഷ പിന്നീട്. തുണിനെയ്യാനുള്ള ആവശ്യമായ സാധനങ്ങൾ എന്തൊക്കെയാണ് വേണ്ടതെന്ന് തൽക്കാലം പറയൂ. എന്നിട്ട് പൊതുപണിശാലയിലേക്ക് ചെന്നോളൂ.”

“അവിടെയിരുന്നിട്ട് ഞങ്ങൾക്ക് പണിയെടുക്കാൻ ആവില്ല. ഞങ്ങൾ ഇവിടെ ഇരുന്നോളാം. ഞങ്ങൾ സസ്യഭുക്കുകളാണ്. ഇറച്ചി ഞങ്ങൾക്ക് പിടിക്കില്ല.”

“ശരി. ഞാൻ നിങ്ങൾക്കു വേണ്ടി ചപ്പാത്തിയും പച്ചക്കറിയും കൊടുത്തയയ്ക്കാം. പക്ഷേ, ജോലിയിൽ കള്ളത്തരം കാട്ടിയാൽ ഞാൻ നിങ്ങളേയും കശാപ്പുശാലയിലേക്കയയ്ക്കും. മറക്കണ്ട.”

പുരോഹിതൻ അവർക്ക് റൊട്ടിയും പഴങ്ങളും കൊടുത്തയച്ചു. വചകൻ അതിൽ നിന്ന് കുറേശ്ശെ വിക്രമനും മറ്റുള്ളവർക്കും കൊടുത്തു. ഭക്ഷണം കഴിഞ്ഞ വചകൻ നെയ്ത്ത് തുടങ്ങി. പട്ടുതുണിയിൽ ഗുഹയിലെ ജനങ്ങൾ അനുഭവിക്കുന്ന യാതനകൾ അയാൾ വിരുതോടെ നെയ്തു. ഒറ്റനോട്ടത്തിൽ ആർക്കും ഒന്നും മനസിലാവില്ല. വചകന്റെ പട്ട് പുരോഹിതന് ഏറെ ഇഷ്ടപ്പെട്ടു.

“എന്റെ കസവുതുണികൾ സ്വർണത്തേക്കാൾ നൂറിരട്ടി വിലയുള്ളതാണ്. സാധാരണക്കാരന് ഇതിന്റെ വില താങ്ങാനാവില്ല. മാത്രവുമല്ല, അവർക്കിതിലെ ചിത്രങ്ങൾ ഇഷ്ടപ്പെട്ടെന്നും വരില്ല. അങ്ങിത് നാദിയാ മഹാറാണിക്ക് കൊടുത്തയയ്ക്കൂ. അവർ കൈനിറയെ പണം തരും.”

കൈനിറയെ പണം കിട്ടുമെന്ന് കേട്ടപ്പോൾ ചെകുത്താൻ പുരോഹിതന് ആർത്തി അടക്കാനായില്ല. ഈ പട്ടിന്റെ കാര്യം തന്റെ സ്നേഹിതന്മാരായ മറ്റു പുരോഹിതരിൽ നിന്ന് മറച്ചുവെയ്ക്കാൻ തന്നെ അയാൾ തീരുമാനിച്ചു.

നാദിയാ റാണിയുടെ ഭരണത്തിൽ ജനങ്ങൾ സന്തുഷ്ടരായിരുന്നു. രാജാവ് രാജ്യത്തില്ലെന്ന കാര്യം ഒരു കുഞ്ഞുപോലും അറിഞ്ഞിരുന്നില്ല. പക്ഷേ, റാണിക്ക് ആകെ ഉൽക്കണ്ഠയായിരുന്നു. രാജാവ് പോയിട്ട് പത്തു ദിവസമായി. ഇതുവരെ ഒരു വിവരവുമില്ല. രാത്രി ദുഃസ്വപ്നങ്ങൾ കണ്ട് ഞെട്ടി ഉണർന്നു. പകലും അവർക്ക് സ്വസ്ഥതയില്ല. ഒരുതരം വിഭ്രാന്തി. വചകന്റെ നായ ജംഗ്ലി രാവും പകലും ഓലിയിടുന്നത് കേട്ട് റാണിക്ക് പേടിയായി. വചകന്റെ കുതിര അമ്മയെപ്പിരിഞ്ഞ കുഞ്ഞിനെപ്പോലെ ഏതുനേരവും മുക്രയിട്ട് ബഹളമുണ്ടാക്കി. ഭക്ഷണം കഴിച്ചതുമില്ല. പിടക്കോഴികൾ പൂവനെപ്പോലെ കൂവാൻ തുടങ്ങി. പൂവൻകോഴികളാവട്ടെ ടർക്കിക്കോഴികളെപ്പോലെ മുരണ്ടു. നദിയിലെ ഓളങ്ങൾ മൂകമായിരുന്നു. സ്വന്തം നിഴലിനെപ്പോലും നാദിയയ്ക്ക് പേടിയായി.

ഒരു വിദേശി വിശേഷപ്പെട്ട പട്ടുമായി എത്തിയിരിക്കുന്നു. പരിചാരകർ റാണിയെ വിവരമറിയിച്ചു. വിദേശിയെ ഹാജരാക്കാൻ റാണി കൽപ്പിച്ചു.

വികൃതമുഖമുള്ള ഒരാൾ പട്ടുമായി എത്തി. പട്ടിലെ ചിത്രപ്പണികൾ ശ്രദ്ധിക്കാതെ റാണി ചോദിച്ചു.

"എന്താ വില?"

"സ്വർണത്തെക്കാൾ ആയിരം മടങ്ങ് വിലയുള്ളതാണ് എന്റെ പട്ട്. ഇത് നെയ്യാൻ ഒരുപാട് കാശായി. വില അവിടുന്നു തന്നെ നിശ്ചയിച്ചാൽ മതി."

"എന്താ ഇതിന്റെ പ്രത്യേകത?"

"ഇതിലെ ചിത്രപ്പണികൾ അങ്ങു കാണുന്നില്ലേ? അത് പ്രത്യേകതരത്തിലുള്ളതാണ്. ഈ പട്ടുതുണികൊണ്ടുള്ള വസ്ത്രം ധരിച്ചാൽ എല്ലാ ഭാഗ്യക്കേടും ദുഃഖവും മാറിക്കിട്ടും."

"അങ്ങനെയാണോ?" റാണി പട്ടുതുണി പരിശോധിച്ചു. അതിലെ അക്ഷരങ്ങൾ അപ്പോഴാണവർ കണ്ടത്. വായിച്ചുനോക്കി.

"പ്രിയപ്പെട്ട നാദിയ, ഞാൻ വലിയ ആപത്തിൽപ്പെട്ടിരിക്കുന്നു. ഈ പട്ടുതുണി കൊണ്ടുവരുന്ന ചെകുത്താന്റെ ചതിക്കെണിയിൽപ്പെട്ടിരിക്കുകയാണ് ഞാൻ. വിക്രമനും ഇവിടെയുണ്ട്. ശരിയായ നരകം. കിഴക്ക് വൻമതിലകത്തെ ക്ഷേത്രത്തിലാണ് ഞങ്ങളുള്ളത്. ഉടൻ സഹായമെത്തിച്ചില്ലെങ്കിൽ ഞങ്ങളിവിടെക്കിടന്ന് നരകിച്ച് മരിക്കും." വചകൻ.

നാദിയ ആ സന്ദേശം രണ്ടുമൂന്നാവർത്തി വായിച്ചു. പട്ടിലെ ചിത്രപ്പണികൾ കണ്ട് അതിശയപ്പെടുന്നതുപോലെ ഭാവിച്ചിട്ട് പറഞ്ഞു:

"ശരിയാ നിങ്ങൾ പറഞ്ഞത്. ഇന്നു രാവിലെ ഞാൻ വല്ലാതെ ദുഃഖിതയായിരുന്നു. ഇപ്പോൾ എനിക്ക് എന്തെന്നില്ലാത്ത ആശ്വാസം തോന്നുന്നു. ഈ പട്ടിന് വിലമതിക്കാനാവില്ലതന്നെ. പക്ഷേ, ഒരാളുണ്ടാക്കുന്ന സാധനത്തേക്കാൾ വിലപ്പെട്ടത് അതുണ്ടാക്കുന്ന കൈകളാണെന്ന് നിങ്ങൾക്കുതന്നെ അറിയാമല്ലോ."

"ശരിയാണ് മഹാറാണി."

"എങ്കിൽ ഇതു നെയ്തവനെ കൂട്ടിക്കൊണ്ടുവരൂ."

"മഹാറാണി ക്ഷമിക്കണം. ഇതാരാണ് നെയ്തതെന്ന് എനിക്കറിയില്ല. ഒരിന്ത്യക്കാരൻ ജൂതനോടാണ് ഞാനീ പട്ട് വാങ്ങിയത്. അയാൾ അറബിനാട്ടിൽ നിന്ന് വാങ്ങിയതാണത്രെ. അറബിനാട്ടിൽ എങ്ങനെ എത്തിയോ എന്തോ? എനിക്കൊരു പിടിയുമില്ല."

"പക്ഷേ, ഇതു നെയ്യാൻ താങ്കൾക്ക് ഒരുപാട് പണം ചെലവായെന്ന് ഇപ്പോഴല്ലേ പറഞ്ഞത്. ഇത് നിങ്ങൾ വാങ്ങിയതല്ല. നെയ്യിച്ചതാണ്."

"അതേ, അതുതന്നെയാണ് പറഞ്ഞത്. ഇന്ത്യക്കാരന് ഒരുപാട് പണം കൊടുത്താണ്..."

"മിണ്ടിപ്പോകരുത്. പെരുങ്കള്ളൻ. നീയാരാണെന്ന് എനിക്കറിയാം. ആരവിടെ! ഇവനെ തുറുങ്കിൽ അടയ്ക്ക്."

പുരോഹിതനെ തുറുങ്കിലടച്ചു. ചെണ്ടകൊട്ടി നാട്ടുകാരെ ഒന്നിച്ച് അണിനിരക്കാൻ കൽപ്പനയായി. ചെണ്ട മുട്ടുകേട്ട് ജനങ്ങൾ തടിച്ചുകൂടി. എന്താണ് സംഗതിയെന്നറിയാതെ അവർ അമ്പരന്നു.

പടച്ചട്ടകൾ ധരിച്ച നാദിയ ജനക്കൂട്ടത്തെ അഭിസംബോധന ചെയ്തു:

"നാട്ടുകാരേ, നിങ്ങളുടെ രാജാവ് അപകടത്തിൽപ്പെട്ടിരിക്കുന്നു. അദ്ദേഹത്തിനോട് കൂറുള്ളവർ എന്റെ കൂടെ വരണം. അർധരാത്രിയാകുമ്പോൾ നമുക്ക് അടുത്ത നഗരത്തിൽ എത്തണം."

ജനങ്ങൾ ആയുധമേന്തി റാണിയെ അനുഗമിക്കാൻ തയാറായി വന്നു. റാണി കുതിരപ്പുറത്തു കയറിയിട്ട് ജനങ്ങളോട് തന്നെ പിന്തുടരാൻ കൽപ്പിച്ചു. അവർ അടുത്ത പട്ടണത്തിലെത്തി. മൈതാനത്തിൽ തമ്പടിച്ചു. നാട്ടുകാർ വന്ന് റാണിയെ വണങ്ങി.

"നിങ്ങളുടെ നേതാവ് ആരാണ്?" നാദിയ ചോദിച്ചു.

"അങ്ങയുടെ ദാസനായ ഞാനാണ് ഇവരുടെ നേതാവ്." ഒരാൾ പറഞ്ഞു.

"വിഡ്ഢിക്കഴുതകൾ. നിങ്ങളുടെ ക്ഷേത്രത്തിൽ എന്താണ് നടക്കുന്നതെന്നതിനെക്കുറിച്ച് നിങ്ങൾക്ക് വല്ലതുമറിയാമോ?"

"ഞങ്ങൾക്ക് ഒന്നുമറിയില്ലേ." അവർ താണുവണങ്ങി.

"ക്ഷേത്രം എവിടെയാണെന്നെങ്കിലും നിങ്ങൾക്കറിയാമോ?"

"തീർച്ചയായും അറിയാം."

"എങ്കിൽ വഴികാണിച്ചുതരൂ."

നേതാവ് വഴികാട്ടിയായി മുന്നിൽ നിന്നു. തൊട്ടുപിന്നാലെ രാജ്ഞിയും പരിവാരങ്ങളും. ജനങ്ങൾ ആരാധനയ്ക്ക് വരികയാണെന്നു കരുതിയ പുരോഹിതർ ഒന്നാം വാതിൽ തുറന്നുകൊടുത്തു.

"അടുത്ത വാതിലും തുറക്കൂ." നാദിയ കൽപ്പിച്ചു.

വന്നവർ ശത്രുക്കളാണെന്ന് പുരോഹിതർക്ക് മനസിലായി. അവർ വാളൂരി നാദിയയെ വെട്ടാൻ ചെന്നു. നാദിയ തന്ത്രപൂർവം ഒഴിഞ്ഞുമാറി.

അപ്പോഴേക്കും ജനക്കൂട്ടം റാണിയുടെ രക്ഷയ്ക്കെത്തി. പുരോഹിതരെ ഓരോരുത്തരെയായി അവർ വകവരുത്തി.

"മുന്നോട്ടു വരിൻ. ക്ഷേത്രത്തിനകം പരിശോധിക്കാം."

അവർ ദേവാലയവാതിൽ അടിച്ചു തകർത്തു. അകത്തെ ഭീകരക്കാഴ്ചകൾ അവരെ വ്യാകുലരാക്കി. എല്ലിൻകൂടുപോലുള്ള മനുഷ്യർ. പലർക്കും നടക്കാൻപോലും വയ്യ. ചിലർ മരിക്കാറായിരുന്നു. ഏറെ നാൾകൂടി വെളിച്ചം കണ്ടതിനാലാകാം പലർക്കും കണ്ണുതുറക്കാൻ കഴിയുന്നില്ല. എങ്ങും ദയനീയമായ ഞരക്കം. അവസാനം വചകനും വിക്രമനും എത്തി. ജനങ്ങൾ അകത്തു കയറി. മൃതദേഹങ്ങൾ വലിച്ചു പുറത്തിട്ടു. അതിനകത്തുള്ള ആളുകളെ മുഴുവൻ പുറത്തെത്തിച്ചു. കൊല്ലാൻ ഉപയോഗിക്കുന്ന ആയുധങ്ങളും മറ്റു യന്ത്രസാമഗ്രികളും അവർ വലിച്ചു പുറത്തിട്ടു. നാട്ടുകാരുടെ തല നാണംകൊണ്ട് കുനിഞ്ഞു.

ഭർത്താവിനെ തിരിച്ചുകിട്ടിയതിൽ നാദിയ ദൈവത്തോട് നന്ദി പറഞ്ഞു. വിക്രമൻ രാജ്ഞിയുടെ പാദങ്ങളിൽ നമസ്കരിച്ചിട്ട് പറഞ്ഞു: "അങ്ങയുടെ മാഹാത്മ്യം എന്നും ലോകമോർക്കും. അങ്ങ് എത്തിയില്ലായിരുന്നെങ്കിൽ ഞങ്ങൾ ഇതിനകത്തു കിടന്ന് നരകിച്ച് മരിക്കുമായിരുന്നു."

"നിനക്കു തെറ്റുപറ്റി വിക്രമാ. തൊഴിലറിയാത്ത ഒരാളെ ഞാൻ വിവാഹം കഴിക്കില്ല എന്നു പറഞ്ഞ അന്നു മുതൽ ഞാൻ നിങ്ങളുടെ രക്ഷകയായിരുന്നു."

വചകരാജാവിന്റെ കഥ നാടെങ്ങും പരന്നു. അയൽരാജാക്കന്മാർ പോലും വചകനെ പ്രശംസിച്ചു. കവികൾ നാദിയയെയും വചകനെയും പുകഴ്ത്തി കവിതകൾ രചിച്ചു. കവിതകൾ ജനം തലമുറകൾതോറും പാടി നടന്നു.

6

മാന്ത്രികശക്തിയുള്ള അരപ്പട്ട

അഹമ്മദും മുഹമ്മദും അയൽക്കാരായിരുന്നു. രണ്ടുപേരും ഇണ പിരിയാത്ത കൂട്ടുകാരും. രണ്ടുപേരും കച്ചവടക്കാരാണ്. എന്നാലും തമ്മിൽ പോരില്ല.

കച്ചവടം ദിനംപ്രതി പുരോഗമിച്ചു. രണ്ടുപേരും എമ്പാടും സ്വത്തും മുതലും സമ്പാദിച്ചു. അല്ലലും അലട്ടുമില്ലാത്ത ജീവിതം.

കുറേനാൾ കഴിഞ്ഞപ്പോൾ മുഹമ്മദിന് തന്നോടുതന്നെ മടുപ്പ്. ഒന്നിലും താൽപ്പര്യമില്ല. വീട്ടിലിരുന്നാൽ വല്ലാത്ത പൊറുതികേട്. മുഹമ്മദ് കൂട്ടുകാരന്റെ വീട്ടിലെത്തി. മുഹമ്മദിന്റെ പരവശമായ മുഖം കണ്ട് അഹമ്മദ് ചോദിച്ചു: "എന്തുപറ്റി ചങ്ങാതീ? മുഖം വല്ലാതെ വാടിയിരിക്കുന്നല്ലോ. കച്ചവടത്തിൽ നഷ്ടം വല്ലതുമുണ്ടായോ?"

"അതൊന്നുമല്ല സഹോദരാ. കച്ചവടം നന്നായി നടക്കുന്നുണ്ട്. പണത്തിനും മുട്ടൊന്നുമില്ല. എന്നിട്ടും വല്ലാത്ത മടുപ്പ്."

അഹമ്മദിന് സംഗതി മനസിലായി. അയാൾക്കും കുറേദിവസമായി ഇതേ രോഗം തന്നെ. ആകെ ഒരു വിരസത.

"നമുക്ക് ഒരു യാത്രപോയാലോ?" അഹമ്മദ് ചോദിച്ചു.

"അങ്ങനെതന്നെ." മുഹമ്മദ് സമ്മതിച്ചു.

രണ്ടുപേരും അത്യാവശ്യം വേണ്ട സാധനങ്ങളുമായി കുതിരപ്പുറത്തു കയറി പുറപ്പെട്ടു. പട്ടണാതിർത്തി കഴിഞ്ഞ് വീണ്ടും പോയപ്പോൾ ഒരു കുളം കണ്ടു. കുളക്കരയിൽ കുറച്ചുനേരം വിശ്രമിക്കാമെന്ന് അവർ തീരുമാനിച്ചു.

ആദ്യം മുഹമ്മദ് കുളത്തിലിറങ്ങി കൈയും മുഖവും കഴുകി. വെള്ളം കുടിച്ചു. അഹമ്മദ് വെള്ളം കുടിക്കാൻ കുനിഞ്ഞതും, എവിടെനിന്നെന്നറിയില്ല ഒരു ആപ്പിൾ ഒഴുകി അവന്റെ കൈയിലെത്തി. ചങ്ങാതിമാർ ചുറ്റും

നോക്കി. കണ്ണെത്താവുന്ന ദൂരത്തൊന്നും ആപ്പിൾമരം എന്നല്ല കുറ്റിച്ചെടിപോലുമില്ല. ചുറ്റും മരുഭൂമിതന്നെ.

"ഇതെവിടെന്നാ വന്നത്?" രണ്ടുപേരും അത്ഭുതപ്പെട്ടു.

"ഇതിലെന്തോ അത്ഭുതമുണ്ട്. ഇത് ചിലപ്പോൾ നമ്മുടെ ഭാവിതന്നെ മാറ്റിയേക്കും. തീർച്ചയാ. ആപ്പിൾ നമുക്ക് പപ്പാതിയാക്കാം. പാതി നീയും ഭാര്യയും തിന്നോ. പാതി ഞാനും ഭാര്യയും തിന്നോളാം."

അവർ വീട്ടിൽ തിരിച്ചെത്തി. ദിവസങ്ങളും ആഴ്ചകളും നിരങ്ങി നീങ്ങി. പത്തുമാസം തികഞ്ഞപ്പോൾ അഹമ്മദിന്റെ ഭാര്യ പ്രസവിച്ചു. ആൺകുഞ്ഞ്. മുഹമ്മദിന്റെ ഭാര്യയും പ്രസവിച്ചു. ഒരു പെൺകുഞ്ഞിനെ.

കുട്ടികൾ വളർന്നു. രണ്ടുപേർക്കും നല്ലരീതിയിൽ വിദ്യാഭ്യാസം ലഭിച്ചു.

ഒരിക്കൽ അഹമ്മദ് അസുഖം ബാധിച്ച് കിടപ്പിലായി. താമസിയാതെ അയാൾ മരിക്കുകയും ചെയ്തു.

അഹമ്മദിന്റെ മരണം മുഹമ്മദിനെ വല്ലാതെ തളർത്തി. അയാൾ ആ നഗരം വിടാൻ തീരുമാനിച്ചു. അവിടെയുള്ളതെല്ലാം വിറ്റുപെറുക്കി അയാളും കുടുംബവും മറ്റൊരു പട്ടണത്തിലെത്തി. അവിടെ പുതിയ വീടുവെച്ചു. കച്ചവടവും തുടങ്ങി.

അഹമ്മദിന്റെ വിധവയായ ഭാര്യയ്ക്ക് ഇഷ്ടംപോലെ സ്വത്തുണ്ട്. അതുകണ്ട് കൊതിമൂത്ത പലരും അവളെ വിവാഹം കഴിക്കാൻ തയാറായി. വിവാഹാലോചനക്കാരുടെ തിരക്കുകാരണം അവൾ പൊറുതിമുട്ടി. അവൾ എല്ലാവരെയും ആട്ടിപ്പായിച്ചു. തന്റെ മകനെ വളർത്തുന്നതിൽ മാത്രം ശ്രദ്ധിച്ചു.

മകൻ ഇബ്രാഹിം യുവാവായി. കാമദേവനെപ്പോലെ സുന്ദരൻ. ഭീമനെപ്പോലെ കരുത്തൻ. അപാരബുദ്ധിമാൻ.

പിതാവിനെപ്പോലെ ഇബ്രാഹിമും പേരെടുത്ത കച്ചവടക്കാരനായി. പിതാവിന്റെ സകലഗുണങ്ങളും ഒത്തുചേർന്ന മകൻ. ഒരു ദിവസം ഉമ്മ മകനോടു പറഞ്ഞു:

"മോനെ, നിന്റെ ബാപ്പയുടെ ഏറ്റവും അടുത്ത കൂട്ടുകാരനായിരുന്ന മുഹമ്മദിന് ഒരു മകളുണ്ട്. അവൾ ഇപ്പോൾ യുവതിയായിരിക്കും. നീ അവളെ വിവാഹം കഴിക്കണമെന്നായിരുന്നു അദ്ദേഹത്തിന്റെ മോഹം. അവർ ഇവിടെനിന്നും വളരെ ദൂരെയുള്ള മറ്റേതോ പട്ടണത്തിലാണ് താമസം. നീ അവരെ അന്വേഷിച്ച് കണ്ടുപിടിച്ച് വധുവിനെ കൂട്ടിക്കൊണ്ടു വരണം."

അവൾ രണ്ടു കത്തെഴുതി മകനെ ഏൽപ്പിച്ചു. "ഒന്ന് നീ മുഹമ്മദിന് കൊടുക്കണം. മറ്റേത് നീ വായിച്ചു നോക്കണം."

ഒരു വണ്ടി നിറയെ സാധനങ്ങളുമായി യുവാവ് യാത്ര പുറപ്പെട്ടു. നീണ്ട യാത്രയ്ക്കുശേഷം അവൻ മുഹമ്മദ് താമസിക്കുന്ന പട്ടണത്തിലെത്തി.

ഇബ്രാഹിം പലരോടും പറഞ്ഞും ചോദിച്ചും മുഹമ്മദിന്റെ പീടികയിലെത്തി. ബാപ്പയുടെ കൂട്ടുകാരനെ അഭിവാദ്യം ചെയ്തിട്ട് ഇബ്രാഹിം ഉമ്മയുടെ കത്തുകൊടുത്തു.

കത്തുവായിച്ച് മഹുമ്മദ് ഇബ്രാഹിമിന്റെ മുഖത്തേക്ക് സൂക്ഷിച്ചു നോക്കി. രണ്ടുപേരുടെയും കണ്ണുനിറഞ്ഞു. രണ്ടുപേരും പരസ്പരം ആലിംഗനം ചെയ്തു.

ഇബ്രാഹിം ഉമ്മ പറഞ്ഞതെല്ലാം മുഹമ്മദിനെ അറിയിച്ചു. അവനെ കണ്ടതിൽ മുഹമ്മദിന് എന്തെന്നില്ലാത്ത ആഹ്ലാദം തോന്നി. ഇബ്രാഹിം കൊണ്ടുവന്ന സാധനങ്ങൾ വിൽക്കാനായി പീടികയിൽ നിരത്തി. എല്ലാം അന്നുതന്നെ വിറ്റുതീർന്നു.

വൈകുന്നേരം മുഹമ്മദ് ഇബ്രാഹിമിനേയും കൂട്ടി വീട്ടിലെത്തി. മുഹമ്മദിന്റെ ഭാര്യ ഇബ്രാഹിമിനെ ആശ്ലേഷിച്ചു. അവനുവേണ്ടി വിശേഷപ്പെട്ട വിഭവങ്ങൾ ഒരുക്കി. ഭക്ഷണം കഴിഞ്ഞ് എല്ലാവരും ഒന്നിച്ചിരുന്നപ്പോൾ മുഹമ്മദ് പറഞ്ഞു:

"നിന്റെ ഉമ്മയുടെ എഴുത്ത് വായിച്ചു. നിന്നെ കണ്ടതു മുതൽ എന്റെ മനസാകെ കലങ്ങിയിരിക്കുകയാണ്. ഞാൻ നിർഭാഗ്യവാനാവാം. എന്റെ മകൾ നിനക്ക് തീരെ ചേരില്ല. മാത്രമല്ല, ഞാനിപ്പോൾ ആകെ പൊളിവിലാണ്. കൈയിൽ കാൽക്കാശില്ല."

"എന്താ അങ്ങനെയൊക്കെ പറയുന്നത്?"

"എന്റെ മകളുടെ ഒരു കണ്ണിന് കാഴ്ചയില്ല. മാത്രവുമല്ല അവൾ നൊണ്ടിയാണ്. അവളുടെ മുഖം നിറയെ വസൂരിക്കലയാണ്. മുടിയാകെ കൊഴിഞ്ഞിരിക്കുന്നു. സുന്ദരനായ നിനക്ക് അവൾ തീരെ ചേരില്ല. ഈ പട്ടണത്തിൽ എത്രയോ സുന്ദരികളായ പെൺകുട്ടികളുണ്ട്. നല്ല ഒരു സുന്ദരിക്കുട്ടിയെ നിനക്കുവേണ്ടി ഞാൻതന്നെ കണ്ടുപിടിച്ചു തരാം. ഇവിടെ വെച്ചുതന്നെ വിവാഹവും നടത്താം."

"അതൊന്നും വേണ്ട അമ്മാവാ. നിങ്ങളുടെ മകളെയാണ് ദൈവം എനിക്ക് വിധിച്ചത്. എന്റെ ബാപ്പയുടേയും ഉമ്മയുടേയും ആഗ്രഹവും അതാണ്. ഞാൻ അവളെ മാത്രമേ വിവാഹം കഴിക്കൂ. അത് ഉറപ്പാണ്."

മുഹമ്മദ് എത്ര പറഞ്ഞിട്ടും ഇബ്രാഹിമിന് ഇളക്കമില്ല. അവസാനം മുഹമ്മദ് സമ്മതിച്ചു.

ഏഴുരാവും ഏഴുപകലും നീണ്ടുനിന്നു വിവാഹാഘോഷങ്ങൾ. ആയിരക്കണക്കിന് ആൾക്കാർക്ക് സദ്യ വിളമ്പി. അവസാനം പെണ്ണിനെ മണിയറയിലാക്കി വാതിലടച്ചു. ഇബ്രാഹിമിന് തന്റെ കണ്ണുകളെ വിശ്വസിക്കാനായില്ല. വെളുത്ത് തുടുത്ത അതിസുന്ദരിയായൊരു പെണ്ണ്. ഇബ്രാഹിം ഒന്നും മിണ്ടാതെ മണിയറവിട്ട് പുറത്തിറങ്ങി.

"ദേ, പുതിയാപ്ല പിണങ്ങിപ്പോയി." ആൾക്കാർ മുഹമ്മദിനോട് വിവരം പറഞ്ഞു.

"എന്തുപറ്റി മോനേ?" മുഹമ്മദ് ഓടിക്കിതച്ചെത്തി.

“നിങ്ങൾ എന്നെ ചതിക്കുകയായിരുന്നു അല്ലേ? നിങ്ങളുടെ വിരൂപിയായ മകളെവിടെ? അവളാണ് എന്റെ പെണ്ണ്. രാജകുമാരിയെ കൊണ്ടുവന്നാലും എനിക്ക് വേണ്ട. എനിക്ക് നിങ്ങളുടെ മകളെ മതി.”

“ഇതുതന്നെയാണ് എന്റെ മകൾ. നിന്റെ വധു. ഞാൻ നിന്നെ പരീക്ഷിക്കുകയായിരുന്നു. അവൾ വിരൂപിയാണെന്ന് വെറുതെ പറഞ്ഞതാണ്.”

ഇബ്രാഹിമിന് പെണ്ണിനെ നഷ്ടപ്പെട്ടു. ഒരു പുതിയ ജീവിതം കിട്ടിയതുപോലെ. നാട്ടിലേക്ക് മടങ്ങുമ്പോൾ വണ്ടിനിറയെ ചരക്കുണ്ടായിരുന്നു. അവിടെ കൊണ്ടുപോയി വിറ്റാൽ നല്ല ലാഭം കിട്ടുമെന്ന് ഉറപ്പായിരുന്നു. ഒട്ടകപ്പുറത്തായിരുന്നു യാത്ര. ഭാര്യയ്ക്ക് ഇരിക്കാനായി ഒട്ടകപ്പുറത്ത് വിലകൂടിയ കമ്പളം വിരിച്ചു. അമ്മാവനോടും അമ്മായിയോടും യാത്ര പറഞ്ഞു. ഇബ്രാഹിമും പുതുപ്പെണ്ണും നാട്ടിലേക്ക് പുറപ്പെട്ടു. യാത്ര പറയുമ്പോൾ മുഹമ്മദ് തന്റെ അരപ്പട്ട ഊരി ഇബ്രാഹിമിന് കൊടുത്തിട്ടു പറഞ്ഞു:

“മോനേ, ഇത് അരയിൽ കെട്ടിക്കോളൂ. കളഞ്ഞുപോകാതെ സൂക്ഷിക്കണം.”

ഇബ്രാഹിം അനുസരിച്ചു. അവർ യാത്ര പറഞ്ഞ് ഇറങ്ങി. നേരം സന്ധ്യയാകാറായപ്പോൾ അവർ ഒരു കുളക്കരയിലെത്തി. അന്ന് അവിടെ വിശ്രമിക്കാൻ തീരുമാനിച്ചു.

എല്ലാവരും ഉറക്കമായി. പക്ഷേ, ഇബ്രാഹിമിന് ഉറക്കം വന്നില്ല. അവൻ വസ്ത്രം ധരിച്ച് തമ്പിന് പുറത്തിറങ്ങി. ആകാശത്ത് ഒരൊറ്റ നക്ഷത്രം പോലുമില്ല. ചന്ദ്രനുമില്ല. എന്നിട്ടും എങ്ങും പകൽപോലെ വെളിച്ചം. ഇതെന്ത് അതിശയം! ഇബ്രാഹിം വിചാരിച്ചു. അൽപ്പനേരം ശ്രദ്ധിച്ചു. വെളിച്ചം വരുന്നത് തന്റെ അരപ്പട്ടയിൽ നിന്നാണെന്ന് അപ്പോഴാണ് അവന് മനസിലായത്. ഇതൊരു മാന്ത്രികബെൽറ്റുതന്നെ. അരപ്പട്ടയുടെ രഹസ്യം അറിഞ്ഞേ മതിയാകൂ-ഇബ്രാഹിം തീരുമാനിച്ചു.

ഇബ്രാഹിം തന്റെ മേൽവസ്ത്രം അഴിച്ചുവെച്ചു. ആ നിമിഷത്തിൽ ഭൂമി കുലുങ്ങി. ആകാശത്ത് ഇടിനാദം മുഴങ്ങി. ഒരു ഭയാനകശബ്ദം കേട്ട് ഇബ്രാഹിം ഞെട്ടിവിറച്ചു. ഭീകരനായ ഒരു ചെകുത്താൻ തന്റെ നേരെ പാഞ്ഞുവരുന്നത് കണ്ട ഇബ്രാഹിം ഒരു മരത്തിനു പിന്നിൽ ഒളിച്ചു. വാളൂരി കൈയിൽ പിടിച്ച് യുദ്ധത്തിന് തയാറായി. ചെകുത്താൻ ഗർജിച്ചു.

“നിന്റെ ശവസംസ്കാരത്തിന് തയാറായിക്കൊള്ളാൻ നിന്റെ അമ്മയോട് പറയൂ. അപ്പോൾ നീയാണിത് മോഷ്ടിച്ചത് അല്ലേ? കൊല്ലങ്ങളായി ഞാനത് തിരയുന്നു.”

ചെകുത്താൻ ഇബ്രാഹിമിനെ തോളിൽപ്പിടിച്ച് വട്ടംകറക്കി. നിലത്തടിക്കാൻ ശ്രമിക്കുന്നതിനിടയിൽ ഇബ്രാഹിം എങ്ങനെയൊ വഴുതിമാറി. പിറകിൽക്കൂടി ചെകുത്താനെ ഊക്കിൽ ഒന്നു ചവുട്ടി. പെട്ടെന്നുള്ള

ചവിട്ടായതിനാൽ ചെകുത്താൻ കമഴ്ന്നുവീണു. ആ തക്കംനോക്കി ഇബ്രാഹിം ചെകുത്താന്റെ കഴുത്തുവെട്ടി. ശവം കുഴിച്ചുമൂടി. മീതെ കുറ്റിച്ചെടിയും നട്ടു.

ഇബ്രാഹിം കുളത്തിലിറങ്ങി കാലും മുഖവും കഴുകി ഭാര്യയുടെ തമ്പിൽ ചെന്നു. അവൾ ഉണർന്ന് കാത്തിരിക്കുകയായിരുന്നു. അവർ പലതും സംസാരിച്ചു. നേരം വെളുപ്പിച്ചു. വെളിച്ചം വന്നപ്പോൾ അവർ വീണ്ടും യാത്ര പുറപ്പെട്ടു.

രണ്ടു ദിവസം കഴിഞ്ഞ് അവർ വീണ്ടും ഒരു കുളക്കരയിലെത്തി. ഒട്ടകങ്ങളും കോവർക്കഴുതകളും നടക്കാൻ വയ്യാത്തവിധം തളർന്നിരുന്നു. അന്ന് കുളക്കരയിൽ വിശ്രമിക്കാൻതന്നെ ഇബ്രാഹിം തീർച്ചപ്പെടുത്തി.

രാത്രി എല്ലാവരും ഉറങ്ങിയപ്പോൾ ഇബ്രാഹിം തമ്പിന് പുറത്തിറങ്ങി. ചുറ്റും പരിശോധിച്ചു. കഴിഞ്ഞപ്രാവശ്യത്തെപ്പോലെത്തന്നെ പാതിരാനേരത്ത് ഭൂമി കുലുങ്ങി. ആകാശം വിറച്ചു. ഘോരശബ്ദം മുഴങ്ങി. അന്നത്തേതിനെക്കാൾ ഭീകരനായ മറ്റൊരു ചെകുത്താൻ പ്രത്യക്ഷപ്പെട്ടു. ചെകുത്താന് മൂന്നുതല. എന്തുചെയ്യണമെന്ന് ഒരു തീരുമാനമെടുക്കുന്നതിനു മുമ്പ് ചെകുത്താൻ ഇബ്രാഹിമിന്റെ തോളിൽ ഇടിച്ചു. അവന്റെ വാൾ താഴെ വീണു.

“നിന്റെ അമ്മ നിന്റെ പതിനാറടിയന്തിരത്തിന് ഒരുങ്ങിക്കോട്ടെ. കഴിഞ്ഞ രാത്രി നീ കൊന്നത് എന്റെ സഹോദരനെയാണ്. നിന്നെ ഞാൻ വെറുതെ വിടില്ല. നിന്റെ ചോര ഞാൻ കുടിക്കും. എനിക്ക് നിന്റെ ഇറച്ചി വേണം.”

പറഞ്ഞുതീരുന്നതിനു മുമ്പുതന്നെ ചെകുത്താൻ ആക്രമണം തുടങ്ങി. രണ്ടുപേരും മരണത്തെ മുഖത്തോടു മുഖം കണ്ടു. ദൈവം ഇബ്രാഹിമിനെ സഹായിച്ചു. അവൻ ചെകുത്താന്റെ മൂന്നു തലകളും അരിഞ്ഞുവീഴ്ത്തി. വെട്ടിന്റെ ശക്തി കാരണം മൂന്നു തലകളും മൂന്നു ഭാഗത്തേക്ക് തെറിച്ചുവീണു. മൂന്നും അവൻ പ്രത്യേകം കുഴിയിൽ മറവുചെയ്തു. കുളത്തിലിറങ്ങി കൈയും കാലും കഴുകി ഭാര്യയുടെ അടുത്തു ചെന്നു.

പിറ്റേദിവസം അവർ വീണ്ടും യാത്ര തുടർന്നു. രാത്രിയായപ്പോൾ അവർ മറ്റൊരു കുളക്കരയിൽ തമ്പടിച്ചു. ഇന്നു രാത്രി ഒന്നും സംഭവിച്ചില്ലെങ്കിൽ എല്ലാ ദുരിതങ്ങളും തീർന്നെന്ന് സമാധാനിക്കാം. ഇബ്രാഹിം വിചാരിച്ചു.

അന്ന് പാതിരാത്രിയിലും ഇബ്രാഹിം പതിവുപോലെ പുറത്തിറങ്ങി. അന്ന് വിശേഷവിധിയായി ഒന്നും സംഭവിച്ചില്ല.

നേരംവെളുത്തപ്പോൾ ഇബ്രാഹിം കുളിക്കാനായി കുളത്തിലിറങ്ങി. വസ്ത്രങ്ങളും അരപ്പട്ടയും കുളപ്പടവിൽ അഴിച്ചുവെച്ചിട്ടാണ് കുളിക്കാനിറങ്ങിയത്.

എന്തോ ശബ്ദംകേട്ട് ഇബ്രാഹിം മുഖമുയർത്തി. ഒരു പക്ഷി അവന്റെ അരപ്പട്ടയും കൊത്തി പറന്നുയർന്നു. ഇബ്രാഹിം ആകെ പരവശനായി.

കരയ്ക്കുകയറി വസ്ത്രം വാരിവലിച്ചുടുത്ത് അവൻ പക്ഷിയുടെ പിന്നാലെ ഓടി. പക്ഷി ആകാശത്തിലൂടെ ശരംവിട്ടതുപോലെ പറന്നുയർന്നു. പക്ഷി പോയവഴിയേ ഇബ്രാഹിമും ഓടി. കുറേദൂരം ചെന്നപ്പോൾ പക്ഷി കണ്ണിൽനിന്നു മറഞ്ഞു.

ഇബ്രാഹിം ചുറ്റും നോക്കി. നേരം വെള്ളകീറി വരുന്നു. അവന് സങ്കടം സഹിക്കാൻ കഴിയാതെ താഴെയിരുന്നു. നേരം വെളുക്കുന്നതുവരെ കാവലിരുന്നു. രണ്ടു ചെകുത്താന്മാരെ യുദ്ധം ചെയ്ത് കീഴടക്കി. എന്നിട്ടും...ഒരു സാധാരണപക്ഷി അവന്റെ കൺമുന്നിൽവെച്ച് അരപ്പട്ടയും കൊത്തി പറക്കുക! ഭാര്യയോട് എന്ത് സമാധാനം പറയും?

നേരം നല്ലവണ്ണം പുലർന്നു. വെയിലിന് ചൂടേറി. കുറച്ചകലെ കെട്ടിടങ്ങളുടെ തലപ്പുകണ്ടു. ഇബ്രാഹിം അങ്ങോട്ടേക്ക് നടന്നു.

ഇബ്രാഹിമിന്റെ ഭാര്യ ഏറെനേരം കാത്തിരുന്നു. ഭർത്താവിനെ കാണുന്നില്ല. കാത്തുകാത്ത് മടുത്തപ്പോൾ അവൾ ഇബ്രാഹിമിനെ അന്വേഷിച്ച് പുറപ്പെട്ടു. അവൾ ആദ്യം ഇബ്രാഹിമിന്റെ തമ്പിൽ ചെന്നുനോക്കി. അവിടെ ആരുമില്ല. ആ പ്രദേശം മുഴുവൻ തിരഞ്ഞു. ഇബ്രാഹിമിന്റെ പൊടിപോലുമില്ല.

അവൾ കുളക്കരയെത്തി. ഭർത്താവിന്റെ ചെരുപ്പും തൊപ്പിയും കുളപ്പടിയിൽ കണ്ടു. അവൾ അതും കൈയിലെടുത്ത് കാലടിപ്പാടുകൾ പിന്തുടർന്നു. ഒരെത്തുംപിടിയും കിട്ടിയില്ല. അവൾക്കാകെ പേടിയായി. വണ്ടിക്കാരും ഭൃത്യന്മാരും അവരെ കാത്തിരിക്കുന്നുണ്ടാകും. ഇബ്രാഹിമിനെ കാണാനില്ലെന്നറിഞ്ഞാൽ അവർ അവളെ ഉപദ്രവിച്ചാലോ?

അവൾ ഓടി ഇബ്രാഹിമിന്റെ തമ്പിലെത്തി. അവന്റെ വസ്ത്രങ്ങൾ ധരിച്ച് കണ്ണാടിയിൽ നോക്കി. അതേ മുഖഛായ. കണ്ണിന് മാത്രം വ്യത്യാസമുണ്ട്. ഇബ്രാഹിമിന് കറുത്ത കണ്ണുകളായിരുന്നു. അവളുടേതാകട്ടെ നീലയും.

അവൾ കണ്ണിൽ കറുത്ത ചായം തേച്ചു. കണ്ണാടി നോക്കി. കണ്ണ് അപ്പോഴും നീലതന്നെ. കണ്ണുമറയുംവിധം നേരിയ ശീല കെട്ടാം–അവൾ കരുതി. കണ്ണ് ശീലകൊണ്ട് കെട്ടി അവൾ ഇബ്രാഹിമിന്റെ കട്ടിലിൽ കയറി കിടന്നു.

വെയിലുദിച്ചപ്പോൾ ജോലിക്കാർ വണ്ടി തയാറാക്കി. യജമാനന്റെ തമ്പിലെത്തി. യജമാനൻ അപ്പോഴും ഉറക്കം.

"നേരം ഒരുപാടായി. നമുക്ക് പുറപ്പെടേണ്ടേ?" അവർ യജമാനനെ വിളിച്ചുണർത്തി.

യജമാനന്റെ കണ്ണിലൊരു കെട്ടുകണ്ട് അവർ കാര്യം തിരക്കി.

"കുളത്തിൽ നിന്ന് മുഖം കഴുകിയപ്പോൾ എന്തോ കരട് കൊണ്ടെന്ന് തോന്നുന്നു. നല്ല വേദന."

അവർ ഇബ്രാഹിമിന്റെ നാട്ടിലെത്തി.

"എനിക്ക് കണ്ണുതുറക്കാൻ വയ്യ. വണ്ടി എന്റെ വീട്ടിന്റെ മുമ്പിൽ നിർത്തിക്കോളൂ."

മകൻ വീട്ടിലേക്ക് പുറപ്പെട്ട വിവരം ഇബ്രാഹിമിന്റെ ഉമ്മ അറിഞ്ഞിരുന്നു. വണ്ടിയുടെ മണിയൊച്ച കേട്ട ഉമ്മ മകനെ സ്വീകരിക്കാൻ പടിക്കലെത്തി.

ഇബ്രാഹിമിന്റെ വേഷംകെട്ടിയ പുതിയപെണ്ണിനെ ആലിംഗനം ചെയ്തിട്ട് അവർ ചോദിച്ചു:

"നിന്റെ കണ്ണിനെന്തുപറ്റി മോനേ?"

"ഒന്നുമില്ല. പൊടി കയറിയതാണ്."

"നിന്റെ വധു എവിടെ?"

"ഏത് വധു? കുരുടിയും നൊണ്ടിയുമായ ഒരു വധുവിനെയാണോ എനിക്കുവേണ്ടി നോക്കിവെച്ചത്? അവൾ മാത്രമേ ഈ ലോകത്ത് കന്യകയായിട്ടുള്ളൂ? എനിക്കവളെ വേണ്ട."

"അവളെങ്ങനെയാ കുരുടിയും നൊണ്ടിയുമാവുന്നത്? എനിക്ക് ഒന്നും മനസിലാവുന്നില്ല."

"അമ്മാവന്റെ മകൾ ഒറ്റക്കണ്ണിയാണ്. കാലിന് മുടന്ത്. മുഖം നിറയെ വസൂരിക്കല. പരുപരുത്ത തൊലി. പോരാത്തതിന് മൊട്ടച്ചിയും."

"അല്ല. ഇതിലെന്തോ ചതിയുണ്ട്. അമ്മാവന് മകളെ നിനക്ക് കെട്ടിച്ചുതരാൻ ഇഷ്ടമില്ലായിരിക്കും. അവൾ അതിസുന്ദരിയാണ്. സൂര്യചന്ദ്രന്മാരെക്കാൾ മുഖശ്രീയുള്ളവൾ."

"അതൊന്നും എനിക്കറിയില്ല. ഞാനവളെ സ്വീകരിച്ചില്ല. എനിക്കൊരു വധുവിനെ ഇവിടെത്തന്നെ അന്വേഷിച്ചാൽമതി."

ഭക്ഷണം കഴിഞ്ഞപ്പോൾ ഉമ്മ പറഞ്ഞു:

"നീ ചെന്ന് വിശ്രമിക്ക് മോനെ. നീണ്ട യാത്രകാരണം നീയാകെ കോലംകെട്ടു."

പക്ഷേ, ഇബ്രാഹിമിന്റെ മുറി ഏതാണാവോ? കന്യക കുഴങ്ങി.

"ഉമ്മാ, കണ്ണു തുറക്കാൻ കഴിയുന്നില്ല. എനിക്കെന്റെ മുറികാണിച്ചുതരൂ." അവൾ പറഞ്ഞു.

മുറിയിലെത്തിയതും അവൾ വാതിലടച്ച് കുറ്റിയിട്ടു. രാത്രി സുഖമായി ഉറങ്ങി. രാവിലെ എണീറ്റ് കുളിയും ചായകുടിയും കഴിഞ്ഞു. അപ്പോഴും കണ്ണിന്റെ കെട്ടഴിച്ചില്ല. അവൾ ജോലിക്കാരോടു പറഞ്ഞു:

"പീടികയോളം എന്റെ കൂടെ വരൂ."

പണിക്കാരൻ അവളെ കടയിലെത്തിച്ചു.

ഉച്ചയായപ്പോൾ അവൾ തെരുവിൽ വെറുതെയൊന്ന് കറങ്ങി. ഒരു കടയിൽ കയറി കൺമഷി തേച്ചിട്ടും കണ്ണു നീലതന്നെ.

മകന്റെ തിരോധനമറിഞ്ഞാൽ ഇബ്രാഹിമിന്റെ ഉമ്മ ചങ്കുപൊട്ടി മരിച്ചുപോകുമെന്ന് അവൾക്കറിയാം. അക്കാര്യം എങ്ങനെയെങ്കിലും ഉമ്മയിൽ നിന്ന് മറച്ചുവെയ്ക്കാൻ തന്നെ അവൾ തീരുമാനിച്ചു.

സന്ധ്യയ്ക്ക് അവൾ പീടികപൂട്ടി വീട്ടിലെത്തി. രാവിലെ അവൾ വഴിനോക്കി മനസിലാക്കിയിരുന്നു. ഉമ്മ പതിവുപോലെ ഓടിവന്ന് മകനെ സ്വീകരിച്ചു. ഇബ്രാഹിമിന്റെ കണ്ണുകൾക്ക് നീലനിറംകണ്ട് ഉമ്മ അൽപ്പം അന്ധാളിച്ചു. പക്ഷേ, അവർ ഒന്നും ചോദിച്ചില്ല. മകനെന്തോ സംഭവിച്ചിട്ടുണ്ടെന്ന് അവരുടെ മനസ്സ് പറഞ്ഞു.

ഇബ്രാഹിമിന്റെ ഭാര്യ അവളെക്കൊണ്ട് ആവുന്നതുപോലെ എല്ലാ കാര്യങ്ങളും നോക്കിനടത്തി. കച്ചവടം ദിനംപ്രതിയെന്നോണം പച്ചപിടിച്ചു.

പരവശനായ ഇബ്രാഹിം പട്ടണം ലക്ഷ്യമാക്കി നടന്നു. നഗരത്തിലേക്കുള്ള വഴിവക്കിലിരുന്ന് റൊട്ടിചുടുന്ന ഒരു വൃദ്ധയെ കണ്ടു. പുക കാരണം അവരുടെ കണ്ണ് നിറഞ്ഞിരുന്നു.

"അസ്സലാമും അലൈക്കും." ഇബ്രാഹിം നമസ്കരിച്ചു.

"വ- അലൈക്കും അസ്സലാം." അവർ സലാം മടക്കി.

അവൾ ഒരു തടുക്കിട്ടു കൊടുത്തിട്ടു പറഞ്ഞു:

"ഇരിക്ക്."

അവൻ ഇരുന്നു. ഇബ്രാഹിം എന്തോ കാര്യമോർത്ത് ദുഃഖിതനാണെന്ന് അമ്മൂമ്മയ്ക്ക് മനസ്സിലായി.

"എന്തുപറ്റി മോനേ? എന്താ ഉണ്ടായത്? പറ എന്നാലാവുംപോലെ സഹായിക്കാം."

ഇബ്രാഹിം നടന്നതെല്ലാം പറഞ്ഞു.

"ഏഴുചിറകുള്ള മന്ത്രവാദിനിയാണ് നിന്റെ അരപ്പട്ട കൊത്തിക്കൊണ്ട് പറന്നത്."

"ആരാണീ ഏഴുചിറകുള്ള മന്ത്രവാദിനി?"

"കുന്നിൻമുകളിലാണ് അവളുടെ താമസം. അവിടെ എത്താനത്ര എളുപ്പമല്ല. അവിടെ എത്തിപ്പെടുക എന്നുവെച്ചാൽ മരണം ഉറപ്പിക്കുക എന്നുതന്നെയാണ് അർഥം. അവിടെച്ചെന്നവരാരും തിരിച്ചുവന്നിട്ടില്ല. ഞാനൊരു രഹസ്യം..."

"വേഗം പറയൂ അമ്മൂമ്മേ, വേഗം."

"മോനേ അടങ്ങ്. ഞാൻ എല്ലാം പറയാം. പക്ഷേ, ഒരുകാര്യം ഓർക്കണം. ഈ രഹസ്യം അറിഞ്ഞാലും അവളെ കൊല്ലുക എളുപ്പമല്ല."

"നിങ്ങൾക്കറിയുന്നത് മുഴുവൻ പറഞ്ഞുതരൂ. ബാക്കി കാര്യം ഞാൻ നോക്കിക്കൊള്ളാം."

"എങ്കിൽ ശ്രദ്ധിച്ച് കേട്ടോളൂ. അവളുടെ കൈയിൽ വലിയൊരു കുട്ടകമുണ്ട്. കുട്ടകം അടുപ്പിലാണ്. അടുപ്പിൽ എപ്പോഴും തീ ആളിക്കത്തുന്നുണ്ടാകും. നരകത്തീപോലെ രാവുംപകലും തീ എരിയുന്നുണ്ടാകും. അവളെ കാണണമെങ്കിൽ നീ ആദ്യം ചെന്ന് ആ തീ അണയ്ക്കണം. തീ എങ്ങനെ അണയ്ക്കണമെന്ന് ഞാൻ പറഞ്ഞുതരാം."

"ഇവിടന്ന് ആ മലയിൽ എത്തണമെങ്കിൽ എട്ടുമാസം വേണം. അവസാനത്തെ പത്തുനാളാകുമ്പോൾ നീ നടക്കാൻപോലും വയ്യാത്ത അവ

സ്ഥയിലായിരിക്കും. തീയുടെ ചൂട് കാരണം ശരീരം വെന്തുരുകും. തീനാളം നിന്നെ വിഴുങ്ങാൻ വരും. എന്തു വന്നാലും നീ തിരിഞ്ഞു നോക്കരുത്. ഞാൻ പറയുന്നത് ശ്രദ്ധിച്ച് കേൾക്കുന്നുണ്ടോ നീ."

"ഉണ്ട് അമ്മൂമ്മേ."

"എങ്കിൽ കേട്ടോളൂ കുട്ടകത്തിന്റെ വലതുഭാഗത്തായി ഒരു പാറയുണ്ട്. അവിടെ ഒരു ആപ്പിൾമരമുണ്ട്. അതിൽ ഒരേ ഒരു ആപ്പിൾ. നീ അത് എറിഞ്ഞ് താഴെയിടണം. ആപ്പിൾ താഴെ വീണാൽ തീ അണയും. അല്ലെങ്കിൽ മന്ത്രവാദിനി വന്ന് നിന്നെപ്പിടിച്ച് കുട്ടകത്തിലിടും. തീർന്നില്ല. ആപ്പിൾ താഴെ വീഴുന്നതോടെ നാലുപാടുനിന്നും നിനക്കെതിരായി ആക്രമണമുണ്ടാകണം. ഏതപകടവും എതിരിടാൻ തയാറായി നിന്നോളണം. ചതിയിൽ പെടാതെ സൂക്ഷിച്ചോ."

ഇബ്രാഹിം അമ്മൂമ്മയ്ക്ക് നന്ദി പറഞ്ഞു. അവന്റെ കൈയിലുണ്ടായിരുന്ന പണം അവർക്ക് കൊടുത്തു. വഴി ഒന്നുകൂടി ചോദിച്ചു മനസിലാക്കി മന്ത്രവാദിനിയെത്തേടി പുറപ്പെട്ടു.

വാക്സാമർഥ്യവും വിനയവും കൊണ്ട് ഇബ്രാഹിമിന്റെ വധു എല്ലാവരേയും ആകർഷിച്ചു. മറ്റു പീടികകളിൽ തിരക്ക് കുറഞ്ഞു. ഇബ്രാഹിമിന്റെ പീടികയിലാവട്ടെ എപ്പോഴും തിരക്ക്. അവന്റെ പേരും പെരുമയും നാടുമുഴുവൻ അറിഞ്ഞു.

ഇബ്രാഹിമിനെപ്പറ്റി കേട്ടറിഞ്ഞ പട്ടണത്തിലെ മേയർ അവനൊരു വിരുന്നു കൊടുക്കാൻ തീരുമാനിച്ചു.

മേയർക്ക് ഇബ്രാഹിമിനെ വളരെ ഇഷ്ടപ്പെട്ടു. അദ്ദേഹം അവനെ ഇടയ്ക്കിടെ വിരുന്നിന് വിളിച്ചു. ഒരിക്കൽ മേയർ പറഞ്ഞു:

"നിന്റെ വിവാഹക്കാര്യം ഞാനേറ്റു. എതിർത്ത് ഒന്നും പറയരുത്."

ഇബ്രാഹിമിന്റെ ഭാര്യ ആകെ കുഴങ്ങി. എന്തു പറയും?

വീട്ടിലെത്തിയിട്ട് അവൾക്ക് ഉറക്കം വന്നില്ല. ആലോചിച്ച് തലപുകഞ്ഞു. നേരം വെളുക്കാറായപ്പോഴാണ് ഒന്നു കണ്ണടഞ്ഞത്.

രാവിലെ എണീറ്റ് കടയിൽ ചെന്നു. അപ്പോഴേക്കും അടുത്ത കടക്കാരൻ കട തുറന്നുകഴിഞ്ഞിരുന്നു. അവളെ കണ്ടതും അയാൾ പറഞ്ഞു:

"ഞങ്ങടെ നാട്ടിലൊരു പഴഞ്ചൊല്ലുണ്ട്. ദൂരത്തുള്ള ബന്ധുവിനേക്കാൾ ഉതകുക അടുത്തുള്ള ശത്രുവാണെന്ന്. നമ്മുടെ കടകൾ തൊട്ടടുത്താണ്. ദൈവത്തിന് നന്ദി! നമ്മളിതുവരെ അന്യോന്യം വഴക്കുകൂടിയിട്ടില്ല. പരസ്പരം സഹായിക്കാൻ നമ്മൾ എപ്പോഴും ശ്രമിച്ചിട്ടുണ്ടുതാനും. എനിക്ക് നിങ്ങളോട് ഒരു പ്രധാനപ്പെട്ട കാര്യം പറയാനുണ്ട്. മനസിലുള്ളത് തുറന്നു പറയണോ, വേണ്ടയോ എന്നാണ് എന്റെ സംശയം."

"എന്താ ചങ്ങാതിയിത്? കാര്യം എന്തായാലും തുറന്നുപറ."

"നമ്മൾ ഏറെക്കാലമായി അയൽക്കാരാണ്. നീ അമ്മാവനെ കാണാൻപോയ കാലത്താണ് ഞാൻ കട തുടങ്ങിയത്. നീ തിരിച്ചുവന്ന

തിനു ശേഷമാണ് നമ്മൾക്ക് പരിചയപ്പെടാൻ അവസരം കിട്ടിയത്. എനിക്ക് നിന്റെ സുഹൃത്താകണമെന്ന് ആഗ്രഹമുണ്ട്. ശത്രു ആവരുതെന്നും."

"എന്തൊക്കെയാ നിങ്ങൾ പറയുന്നത്? എന്തിനാ ശത്രു ആവുന്നത്."

"നിൽക്ക്. ഞാൻ മുഴുവനും പറയട്ടെ. ആദ്യമേ ഒരു കാര്യം പറയാം. നമ്മളീ പറയുന്നത് ഇരുചെവി അറിയരുത്."

"അങ്ങനെതന്നെ."

"മേയർ നിന്നെ ഇടയ്ക്കിടെ വിരുന്നിന് വിളിക്കാറുള്ള വിവരം ഞാനറിഞ്ഞു. എന്നെ വിളിച്ചിരുന്നില്ല. പക്ഷേ, നീ വരുന്നതിനു മുമ്പ് ഞാനായിരുന്നു അവിടെ നിത്യസന്ദർശകൻ. നിന്നോട് പറഞ്ഞ അതേ വാക്കുകൾ തന്നെയാണ് അയാൾ എന്നോടും പറഞ്ഞത്."

"എന്താണത്?"

"അയാളുടെ മകളെ വിവാഹം കഴിക്കണമെന്ന്."

അവളാകെ അമ്പരന്നു. എന്തെങ്കിലും മറുപടി പറയുന്നതിനു മുമ്പ് അയൽക്കാരൻ തുടർന്നു.

"മേയർ നിന്നോട് സ്വകാര്യമായി പറഞ്ഞത് ഞാനെങ്ങനെ കേട്ടെന്നായിരിക്കും ചോദിക്കാൻ പോകുന്നത് അല്ലേ? പറഞ്ഞുതരാം. മേയറുടെ മകൾ തന്നെയാണ് എന്നോട് വിവരം പറഞ്ഞത്. നീ വരുന്നതിനു മുമ്പ് ഞാനായിരുന്നു ഇവിടത്തെ മുന്തിയ കച്ചവടക്കാരൻ. അതുകൊണ്ടാണ് മകളെ എനിക്ക് വിവാഹംകഴിച്ചു തരാൻ മേയർ ആഗ്രഹിച്ചത്. അയാൾ എന്നെ പലപ്രാവശ്യം വീട്ടിലേക്ക് ക്ഷണിച്ചു. മകളെ എനിക്ക് പരിചയപ്പെടുത്തിത്തരികയും ചെയ്തു. അവൾ സുന്ദരിയായിരുന്നു. നല്ലവളും. ഞങ്ങൾ പ്രേമത്തിലായി. നിന്നെ കണ്ടപ്പോൾ അയാൾ എന്നെ പുറന്തള്ളാൻ ശ്രമിക്കുന്നു. നീ ഇതിന് കൂട്ടു നിൽക്കരുത്."

"ഇനിയൊന്നും പറയണ്ട ചങ്ങാതീ. എനിക്കെല്ലാം മനസിലായി. അവളെന്നും നിങ്ങളുടേതായിരിക്കും. അതുറപ്പാണ്."

അയൽക്കാരന് സന്തോഷമായി. ഇബ്രാഹിമിന്റെ വധു ചിന്താക്കുഴപ്പത്തിലായി. ഇനി എന്താണൊരു പോംവഴി?

"നിന്റെ കടയിലെ ഏറ്റവും മുന്തിയ ആഭരണങ്ങളുമായി ബംഗ്ലാവിലെത്താൻ മേയറുടെ കൽപ്പനയുണ്ട്. അദ്ദേഹത്തിന്റെ മകൾക്കുവേണ്ടിയാണ്." അപ്പോൾ അവിടെ എത്തിയ മേയറുടെ കാവൽക്കാരൻ പറഞ്ഞു.

"നീ പൊയ്ക്കോളൂ. ഞാനെത്തിക്കോളാം."

അതും പറഞ്ഞ് അവൾ അയൽക്കാരന്റെ കടയിൽച്ചെന്ന് സംഗതിയെല്ലാം പറഞ്ഞു.

"ഞാൻ ആഭരണങ്ങളുമായി മേയറുടെ ബംഗ്ലാവിലേക്ക് പോവുകയാണ്. നമ്മൾ തമ്മിലുള്ള കരാർ അവളെ അറിയിക്കാൻ ഞാൻ ശ്രമിക്കാം. എന്തെങ്കിലും ഒരു വഴി കണ്ടുപിടിക്കാനും പറയാം. എല്ലാം

രഹസ്യമായിരിക്കണം. അല്ലെങ്കിൽ മേയർ നമ്മളെ രണ്ടുപേരെയും വെറുതെ വിടില്ല. പണത്തിനുവേണ്ടി സ്വന്തം മകളെ വിൽക്കാൻ ശ്രമിക്കുന്നവന് എന്തു ചെയ്യാനും മടി കാണില്ല."

വിലപിടിപ്പുള്ള വൈരക്കല്ലുകൾ പതിച്ച വളകളും മാലകളുമായി അവൾ മേയറുടെ വീട്ടിലെത്തി. അയാൾക്ക് മകളുടെ മുറി കാണിച്ചു കൊടുക്കാൻ മേയർ ജോലിക്കാരനോട് പറഞ്ഞു.

വിശാലമായ തളങ്ങളും നീണ്ട ഇടനാഴികളും കടന്ന് അവൾ മേയറുടെ മകളുടെ മുറിയിലെത്തി.

കൊണ്ടുവന്ന ആഭരണങ്ങൾ കണ്ട് അവളുടെ കണ്ണഞ്ചി. പക്ഷേ, അവൾ അതിൽ തൊട്ടില്ല. അവൾ ചോദിച്ചു:

"നിങ്ങളുടെ തൊട്ടടുത്ത കടക്കാരൻ സലാമിനെ അറിയുമോ?"

"അറിയാം."

മേയറുടെ മകൾ പർദയ്ക്കുള്ളിൽ നിന്ന് കൈ പുറത്തേക്ക് നീട്ടിയിട്ട് പറഞ്ഞു:

"ഇതാ ഈ കല്ലുവച്ച മോതിരം കണ്ടോ. ഇത് അയാൾ സമ്മാനിച്ചതാണ്. നിങ്ങളുടെ വൈരക്കല്ലുകൾക്ക് തീരെ തിളക്കമില്ല."

അവൾ ഇടംകണ്ണിട്ട് നോക്കി. സലാം കൊടുത്ത മോതിരത്തേക്കാൾ എത്രയോ വിലകൂടിയ സാധനങ്ങളാണ് അവൾ കൊണ്ടുവന്നിരിക്കുന്നത്. താൻ സലാമിനെ സ്നേഹിക്കുന്നുണ്ടെന്ന കാര്യം തന്നെ അറിയിക്കാൻ വേണ്ടിയാണ് മേയറുടെ മകൾ അങ്ങനെ പറഞ്ഞതെന്ന് അവൾക്ക് മനസിലായി.

"നിങ്ങൾ കൊണ്ടുവന്ന സ്വർണ അരഞ്ഞാണത്തിന് തീരെ ചന്തമില്ല. സലാം കൊണ്ടുവന്നത് എത്ര മനോഹരമായിരിക്കുന്നെന്നോ." അവൾ വീണ്ടും പറഞ്ഞു.

"നീ പറഞ്ഞതാണ് ശരി. ഞാനിങ്ങോട്ട് വരുന്നതിനു മുമ്പ് സലാമിനെ കണ്ടിരുന്നു. അവൻ എല്ലാം എന്നോടു പറഞ്ഞു. സലാമിന്റെ മോതിരം തന്നെയാണ് നിനക്ക് ചേരുക. സലാം തന്ന അരഞ്ഞാണം തന്നെ നിന്റെ അരയിൽ എന്നും കിടക്കണമെന്നാണ് എന്റേയും ആഗ്രഹം."

"പിന്നെ എന്തിനാ ഇങ്ങോട്ടു പോന്നത്?"

മേയറുടെ മകൾ സംശയിച്ചുകൊണ്ടു ചോദിച്ചു.

"നിന്റെ ബാപ്പയുടെ നിർബന്ധം കാരണം വന്നതാണ്. അത് നിനക്കും അറിയാം. സലാമിനും അറിയാം. പിന്നെ എന്തിനാ ദേഷ്യപ്പെടുന്നത്? മേയറെ അനുസരിച്ചില്ലെങ്കിൽ അയാൾ ഞങ്ങൾ രണ്ടുപേരെയും നശിപ്പിക്കും. നമുക്ക് മൂന്നുപേർക്കും ചേർന്ന് ഒരുകൈ നോക്കാം. വിജയം ഉറപ്പ്."

അവർ മൂവരും ഒത്തൊരുമിച്ച് പ്രവർത്തിക്കാൻ തീരുമാനിച്ചു. അടുത്തിടപഴകിയിട്ടും തങ്ങളുടെ സുഹൃത്ത് ഒരു പെണ്ണാണെന്ന് സലാമിനും കാമുകിക്കും മനസിലായില്ല.

പാവം ഇബ്രാഹിം ഇതൊന്നും അറിഞ്ഞതേയില്ല. അവൻ ഏഴു ചിറ കുള്ള മന്ത്രവാദിനിയെ തേടി യാത്ര തുടർന്നു.

ഒരു കൊടുങ്കാറ്റുപോലെ, പർവതനിരയിൽ നിന്നുള്ള നീരൊഴുക്ക് പോലെ, മലമുകളിൽ നിന്ന് ഉരുകി ഒലിക്കുന്ന മഞ്ഞുപോലെ ഇബ്രാഹിം മലമുകളിലേക്ക് കുതിച്ചു.

അവൻ മലയടിവാരത്തെത്തി. ചൂടുകൊണ്ട് അവൻ ഉരുകി. മുകളി ലേക്ക് കയറുംതോറും വെയിലിന്റെ കാഠിന്യം ഏറി. തീനാളം അവനെ വിഴുങ്ങിയെന്ന് തോന്നി. അമ്മൂമ്മ പറഞ്ഞ കാര്യങ്ങൾ അവൻ ഓർമിച്ചു.

ചൂട് സഹിക്കാതെ അവൻ മേലങ്കി വലിച്ചുകീറി. എന്നിട്ടു യാത്ര തുടർന്നു. തിരിഞ്ഞുനോക്കാതെ.

അവൻ വെന്തുരുകി. വിയർത്തൊലിച്ചു. മുന്നോട്ടു പോവുകയല്ലാതെ മറ്റൊരു ഗതിയുമില്ല അവന്. വീണ്ടും വീണ്ടും മുന്നോട്ട്. ചൂടിന് കാഠിന്യം കുറയുന്നുണ്ടോ?

ആദ്യത്തെ കടമ്പ കടന്നതായി ഇബ്രാഹിമിന് തോന്നി. അവന്റെ മുന്നിൽ ആളിക്കത്തുന്ന തീ. ആകാശംമുട്ടെ ഉയരുന്ന പുക. അടുപ്പിന് മുകളിൽ അമ്മൂമ്മ പറഞ്ഞതുപോലെ ഒരൂക്കൻ കുട്ടകം. അതിൽനിന്ന് നീരാവി പൊങ്ങുന്നു.

യുവാവ് വീണ്ടും മുന്നോട്ടു നീങ്ങി. വൃദ്ധ പറഞ്ഞതുപോലെ വല തുഭാഗത്ത് ആപ്പിൾമരം. അതിൽ ചുവന്നുതുടുത്ത ഒരേ ഒരു ആപ്പിൾ.

ഇബ്രാഹിം അടുപ്പിനടുത്തുചെന്ന് ആപ്പിൾ ഉന്നംവെച്ചു വാളെറി ഞ്ഞു. ആപ്പിൾ താഴെ!

രണ്ടു പിളർപ്പായിട്ടാണ് ആപ്പിൾ താഴെ വീണത്. പെട്ടെന്ന് അവിടം പുകയാൽ മൂടി.

കാലിനടിയിൽ ഭൂമി പിളരുന്നതുപോലെ തോന്നി ഇബ്രാഹിമിന്. ലോകാവസാനം ആണോ? പെട്ടെന്നവൻ കണ്ടു– തന്നെ ആക്രമിക്കാൻ വരുന്ന വാളും കുന്തവുമേന്തിയ ചെകുത്താന്മാർ. കൂടെ പാമ്പുകളും തീനാഗങ്ങളും.

ഇബ്രാഹിം താഴെവീണു. തന്റെ വാളെടുത്ത് മുറുകെപ്പിടിച്ചു. ഓരോ രുത്തരെയായി അരിഞ്ഞുവീഴ്ത്താൻ തുടങ്ങി. ശവങ്ങൾ കുന്നുകൂടി. ഒരു തീനാഗം തന്നെ വിഴുങ്ങാൻ വായും തുറന്നു വരുന്നത് കണ്ട ഇബ്രാഹിം ഒഴിഞ്ഞുമാറി. അവൻ ആഞ്ഞുവെട്ടിയപ്പോൾ തീനാഗത്തിന് മുറിവേറ്റു. മുറിവിൽ നിന്ന് ചോര വാർന്നൊഴുകി. തീനാഗം ദയനീയമായി നിലവി ളിച്ചു. കണ്ടു സഹിക്കാൻ കഴിയാതെ ഇബ്രാഹിം കണ്ണടച്ചു. വീണ്ടും കണ്ണു തുറന്നപ്പോൾ ഇബ്രാഹിം അത്ഭുതപ്പെട്ടു. നാഗങ്ങളും ചെകുത്താ ന്മാരും ഭൂതങ്ങളും കുട്ടകവുമില്ല. തീയും പുകയുമില്ല. കനത്ത നിശ്ശ ബ്ദത. അരുവിയുടെ കളകളശബ്ദം മാത്രം കേൾക്കാനുണ്ട്. അരുവി യിൽക്കൂടി ഒരു ചങ്ങാടം ഒഴുകിവരുന്നു. അതിൽ അവന്റെ അരപ്പട്ട!

ഇബ്രാഹിം ഒറ്റച്ചാട്ടത്തിന് ചങ്ങാടത്തിൽ കയറി. അരപ്പട്ടയെടുക്കാൻ കൈ നീട്ടി. പക്ഷേ അത്ര എളുപ്പമായിരുന്നില്ല.

കൂർത്ത നഖങ്ങളുള്ള ഒരു ജന്തു ഇബ്രാഹിമിന്റെ നേർക്ക് വന്നു. ഏഴുചിറകുള്ള മന്ത്രവാദിനി. അവളുടെ കീഴ്ച്ചുണ്ട് ഭൂമിയിലെത്തും. മേൽച്ചുണ്ട് ആകാശംമുട്ടും. അവൾ ഇബ്രാഹിമിനെ മാനത്തേക്കുയർത്തി.

തന്റെ കഥകഴിഞ്ഞതു തന്നെ. ഇബ്രാഹിം കരുതി. തലയിലെഴുത്ത് മായ്ച്ചാൽ മായുമോ? ഇപ്പോൾ താഴെവീണ് നുറുങ്ങും. അവൻ കണ്ണടച്ചുപിടിച്ചു. പക്ഷേ, മന്ത്രവാദിനി അവനെ താഴത്തേക്കെറിഞ്ഞില്ല.

“നിന്റെ അന്ത്യമടുത്തു. നീ എന്റെ മകന്റെ അരപ്പട്ട കട്ടു. എന്റെ രണ്ടുമക്കളെ കൊന്നു. അതൊന്നും പോരാതെ എന്റെ അടുപ്പിലെ തീയും നീ അണച്ചു. നിന്നെ ഞാൻ എറിഞ്ഞുകൊന്നേനെ. നിന്നെ കണ്ടിട്ട് ഒരു ബുദ്ധിമാനാണെന്ന് തോന്നുന്നു. നീ എന്നെ സഹായിച്ചാൽ ഞാൻ നിന്നെ കൊല്ലില്ല.”

“എന്താണ് വേണ്ടതെന്നു പറയൂ.” ഇബ്രാഹിം പറഞ്ഞു.

“എനിക്ക് ഒരു ശക്തനായ ശത്രുവുണ്ട്. വെള്ളപ്പൂതം. അവൻ എന്നെ സ്വൈരമായി ജീവിക്കാൻ അനുവദിക്കുന്നില്ല. അവനോട് മല്ലിടാനുള്ള ശക്തി എനിക്കില്ല. പക്ഷേ, എന്റെ അടുപ്പിലെ തീ അണയ്ക്കുന്നവന് തീർച്ചയായും വെള്ളപ്പൂതത്തെ നേരിടാനുള്ള ശക്തിയുണ്ടാകും. നീ അവനെ കൊന്നാൽ നിന്റെ അരപ്പട്ട ഞാൻ തിരിച്ചുതരാം. നിന്നെ ഞാൻ തന്നെ നിന്റെ വീട്ടിലെത്തിച്ചുതരാം. അല്ലെങ്കിൽ നിന്റെ പൊടിപോലും ബാക്കിവെച്ചേക്കില്ല.”

“ശരി. നിന്റെ ശത്രുവിന്റെ കഥ ഞാൻ കഴിക്കാം.”

മന്ത്രവാദിനി അവനേയും ചിറകിലേറ്റി ഉയരെ ഉയരെ പറന്ന് കിഴക്കൻ നാട്ടിലെത്തി. എത്ര ദൂരം പറന്നെന്ന് ഇബ്രാഹിമിന് ഒരു പിടിയും കിട്ടിയില്ല.

“നോക്ക് ഇബ്രാഹിം. ആ വരുന്നതാണ് വെള്ളപ്പൂതം.”

അതു മാത്രമേ അവൻ കേട്ടുള്ളൂ. ഒരു വെള്ളമല അടുത്തേക്ക് നടന്നുവരുന്നതു കണ്ട് അവൻ പേടിച്ചുവിറച്ചു.

“ദേ, ആ കാണുന്ന കുന്നിന് താഴെയുള്ള ഗുഹയിലാണ് വെള്ളപ്പൂതം താമസിക്കുന്നത്.”

അതുപറഞ്ഞ് ഇബ്രാഹിമിനെ താഴെയിറക്കി മന്ത്രവാദിനി പറന്നുയർന്നു.

ഇബ്രാഹിം മന്ത്രവാദിനി ചൂണ്ടിക്കാണിച്ച ദിക്കിലേക്ക് നടന്നു. നേരം സന്ധ്യയായി. എങ്ങും ഇരുട്ട് പരന്നു. കണ്ണിൽക്കുത്തുന്ന ഇരുട്ട്. ഒന്നും കാണാൻ വയ്യ. ഇരുട്ടത്ത് എന്തു ചെയ്യും?

അവൻ ആദ്യംകണ്ട വീട്ടിന്റെ വാതിലിന് മുട്ടി. ഒരു വെള്ളത്താടിക്കാരൻ വന്ന് വാതിൽ തുറന്നു.

“അസ്സലാമും അലൈക്കും. വിരുന്നുകാരനാണ്.”

“അകത്തേക്കു വരൂ.” വീട്ടുകാരൻ ക്ഷണിച്ചു.

വീട്ടിനകത്തു ചെന്നപ്പോൾ ഒരു ചെറുപ്പക്കാരൻ ഇബ്രാഹിമിനെ സ്നേഹപൂർവം സ്വീകരിച്ചു.

വയസ്സൻ ഇബ്രാഹിമിന്റെ വീട്ടുകാര്യങ്ങളും യാത്രയുടെ ഉദ്ദേശ്യവും തിരക്കി.

ഇബ്രാഹിം പറഞ്ഞതുകേട്ട് ചെറുപ്പക്കാരൻ നെടുവീർപ്പിട്ടു. ഇബ്രാഹിമിന് ആകാംക്ഷ അടക്കാനായില്ല. അവൻ ചോദിച്ചു:

"എന്റെ കാര്യമെല്ലാം ഞാൻ പറഞ്ഞു. ഇനിയൊന്ന് ചോദിക്കട്ടെ. നീയെന്താ വല്ലാതെ സങ്കടപ്പെട്ടിരിക്കുന്നത്?"

ചെറുപ്പക്കാരൻ വീണ്ടും നെടുവീർപ്പിട്ടു.

"നിന്റെ അനുഭവം തന്നെയാണ് എനിക്കും. ഒരു വ്യത്യാസം മാത്രം. നീ എന്നെക്കാൾ ധൈര്യശാലിയാണ്."

"നിങ്ങൾ രണ്ടുപേരും സംസാരിച്ചിരിക്ക്. ഞാൻ ചെന്ന് ഭക്ഷണം തയാറാക്കട്ടെ." കിഴവൻ പോയപ്പോൾ ചെറുപ്പക്കാരൻ കഥ തുടർന്നു.

"നിന്നെപ്പോലെ ഞാനും ഒരു പണക്കാരൻ കച്ചവടക്കാരന്റെ മകനാണ്. ഇവിടെനിന്ന് വളരെ അകലെയുള്ള ഒരു പട്ടണത്തിലാണ് ഞാൻ ജനിച്ചത്. കുറച്ചുകാലം കഴിഞ്ഞപ്പോൾ ഈ നഗരത്തിലുള്ള എന്റെ അമ്മാവന് ഒരു മകൾ പിറന്നു. മകളെ എനിക്ക് വിവാഹം കഴിച്ചുതരുമെന്ന് അമ്മാവൻ അന്ന് തന്റെ അച്ഛന് വാക്കുകൊടുത്തു. ബാപ്പ എന്നെ നഗരത്തിലെ പ്രശസ്തനായ പണ്ഡിതന്റെ കീഴിൽ പഠിക്കാനയച്ചു. മഹാപണ്ഡിതനായ അദ്ദേഹം എന്നെ പഠിപ്പിച്ച് മിടുക്കനാക്കി. പക്ഷേ, എന്റെ ഗുരുവിന് സ്ത്രീകളോട് വെറുപ്പായിരുന്നു. സ്ത്രീകൾ ധൈര്യമില്ലാത്തവരും ദുസ്സാമർഥ്യക്കാരും, വഞ്ചകികളുമാണ്. അവരെ ഒരിക്കലും വിശ്വസിക്കരുത്. ഗുരു ഇതുതന്നെ ആവർത്തിച്ചു പറയുമായിരുന്നു. ഗുരുവിന്റെ ഉപദേശം കേട്ട് ഞാനും സ്ത്രീകളെ വെറുക്കാൻ തുടങ്ങി."

"ജീവിതത്തിൽ ഒന്നും ശാശ്വതമല്ലല്ലോ. എന്റെ ബാപ്പ മരിച്ചു. ഗുരു എന്നെ കച്ചവടം മാത്രം പഠിപ്പിച്ചിരുന്നില്ല. ബാപ്പ മരിച്ചതോടെ ഞാൻ കട ഏറ്റെടുത്ത് നടത്താൻ തുടങ്ങി. പക്ഷേ, എനിക്ക് കച്ചവടത്തിൽ തീരെ ശ്രദ്ധിക്കാൻ കഴിഞ്ഞില്ല. എന്റെ ഉമ്മ എത്ര ശ്രമിച്ചിട്ടും എന്നെ നല്ല കച്ചവടക്കാരനാക്കാൻ കഴിഞ്ഞില്ല. ഞാൻ തിന്നും കുടിച്ചും കൂട്ടുകാരോടൊത്ത് കളിച്ചും മദിച്ചും നടന്നു. കാണക്കാണെ എന്റെ സ്വത്തും പണവും നശിച്ചു."

"സഹിക്കാൻ കഴിയാതെ എന്റെ ഉമ്മ മരിച്ചു. വിവരമറിഞ്ഞ് എന്റെ അമ്മാവൻ എത്തി. എത്ര ശ്രമിച്ചിട്ടും അമ്മാവന് എന്നെ നേർവഴിക്ക് കൊണ്ടുവരാൻ കഴിഞ്ഞില്ല. മകളുടെ വിവാഹക്കാര്യം അമ്മാവൻ ഇടയ്ക്കിടെ സൂചിപ്പിക്കുമായിരുന്നു. ഞാൻ കേട്ടതായി നടിച്ചില്ല."

"നിരാശനായ അമ്മാവൻ തിരിച്ചുപോയി. ധൂർത്തടിച്ച് ജീവിച്ചതുകാരണം ഞാൻ പാപ്പരായി. അന്നന്നത്തെ അപ്പത്തിനുപോലും വഴിയി

ല്ലാതായി. എന്റെ മേൽവസ്ത്രം പോലും വിൽക്കേണ്ടി വന്നു. നൈരാശ്യം മൂത്ത ഞാൻ മരിക്കാൻ തീരുമാനിച്ചു. അതിനുമുമ്പ് ബാപ്പയുടെ ഖബറിടത്തിൽ പ്രാർഥിക്കാൻ ചെന്നു. പ്രാർഥന കഴിഞ്ഞ് ഞാൻ എന്റെ കഴുത്തുവെട്ടാൻ വാളൂരി. ആരോ പിന്നിൽനിന്ന് എന്റെ കൈപിടിച്ചു.

എത്ര ശ്രമിച്ചിട്ടും എന്റെ കൈ അനക്കാൻ കഴിഞ്ഞില്ല. ഞാൻ തിരിഞ്ഞുനോക്കി. ഒരു കറുത്ത രൂപം പിന്നിൽ നിൽക്കുന്നു. ഞാനതിനെ ചവിട്ടാൻ ശ്രമിച്ചപ്പോൾ ആരോ എന്നെ ശക്തിയായി ഇടിച്ചു. പിന്നെ എനിക്കൊന്നും ഓർമയില്ല. കണ്ണുതുറന്നപ്പോൾ ഞാനീ മുറിയിലാണ്. ഇതെന്റെ മുറപ്പെണ്ണിന്റെ വീടാണെന്നും അവളാണ് എന്നെ ഇവിടെ എത്തിച്ചതെന്നും ബോധം വന്നപ്പോൾ ഈ കിഴവനാണ് പറഞ്ഞുതന്നത്.

അപ്പോഴേക്കും ആ കറുത്ത രൂപം വീണ്ടുമെത്തി. എന്നെ പള്ളിപ്പറമ്പിൽവെച്ച് അടിച്ച് ബോധംകെടുത്തിയ അതേ രൂപം. അത് എന്റെ അരികിൽ വന്നിരുന്നിട്ട് പറഞ്ഞു:

“ഞാൻ നിങ്ങളുടെ അമ്മാവന്റെ മകളാണ്. അപ്പോഴാണ് ഞാൻ അവളുടെ കൈവിരലിൽ കിടന്ന മോതിരം ശ്രദ്ധിച്ചത്. മോതിരത്തിലെ കല്ല് ചന്ദ്രനെപ്പോലെ തിളങ്ങി. മോതിരമണിഞ്ഞ ഈ കൈകളാണ് അന്ന് ശ്മശാനത്തിൽവെച്ച് അടിച്ചുവീഴ്ത്തിയത്.”

അൽപ്പനേരം മിണ്ടാതിരുന്നിട്ട് അവൾ തുടർന്നു: “എന്റെ ബാപ്പ എനിക്കുവേണ്ടി നിങ്ങളുടെ കാലുപിടിച്ചു. എന്നിട്ടും നിങ്ങൾ എന്നെ വിവാഹം കഴിക്കാൻ കൂട്ടാക്കിയില്ല. എല്ലാ സ്ത്രീകളും വിഡ്ഢികളും വൃത്തികെട്ടവരുമാണെന്ന് നിങ്ങൾ പറഞ്ഞു. ലോകത്തിലെ സകലമാന ദുരിതങ്ങൾക്കും കാരണം സ്ത്രീകളാണെന്ന് നിങ്ങൾ പറഞ്ഞില്ലേ? എന്റെ ബാപ്പയ്ക്ക് നിങ്ങളുടെ പണം കണ്ട് സഹിക്കാനായില്ല. പാവം സങ്കടം കൊണ്ട് മരിച്ചുപോയി. നിങ്ങളുടെ സ്വത്ത് നശിച്ചപ്പോൾ നിങ്ങളുടെ ചങ്ങാതിമാർ നിങ്ങളെ കൈയൊഴിഞ്ഞു അല്ലേ?”

എനിക്ക് നാണംകൊണ്ട് തല ഉയർത്താനായില്ല. എന്റെ മുറപ്പെണ്ണ് തുടർന്നു:

“ഈ വൃദ്ധനാണ് പണ്ട് എന്റെയും നിങ്ങളുടെയും ബാപ്പമാരുടെ എല്ലാ കാര്യങ്ങളും നോക്കിയിരുന്നത്. എന്നെ വളർത്തി വലുതാക്കിയതും അദ്ദേഹം തന്നെ. ബാപ്പ മരിച്ചതിനുശേഷം അദ്ദേഹമാണ് എനിക്ക് തുണ. നിങ്ങൾ എന്നും രാവിലെ അദ്ദേഹത്തിന്റെ കൂടെ പീടികയിൽ ചെല്ലണം. വൈകുന്നേരമേ മടങ്ങാവൂ. ഞാൻ കുറച്ചുദിവസത്തേക്ക് സ്ഥലത്തുണ്ടാവില്ല. എന്നാലും എന്റെ കണ്ണ് എപ്പോഴും നിങ്ങളുടെമേൽ ഉണ്ടാകും. പഴയ ദുഃസ്വഭാവങ്ങൾ എന്തെങ്കിലും വീണ്ടും തുടങ്ങിയാൽ എന്റെ നിറം മാറും. ഒരിക്കൽ ഞാൻ നിങ്ങളെ മരണത്തിൽ നിന്നും രക്ഷിച്ചു. അതേ ഞാൻ തന്നെ നിങ്ങളുടെ കൊലയാളി ആയെന്നും വരാം.”

അവൾ പോയിട്ടും അവളുടെ ഭീഷണി എന്റെ കാതുകളിൽ മുഴങ്ങി.

എനിക്ക് തീരെ സുഖമില്ലായിരുന്നു. കിടപ്പിലായിരുന്നു. വൃദ്ധൻ എന്നെ ശുശ്രൂഷിച്ചുകൊണ്ട് അടുത്തുതന്നെ ഉണ്ടാവും. അസുഖം മാറി

യപ്പോൾ ഞാൻ പീടികയിൽ പോയിത്തുടങ്ങി. വൈകുന്നേരം തിരിച്ചെത്തിയാൽ കിഴവന്റെ പഴങ്കഥകൾ കേൾക്കും.

കുറച്ചുദിവസം കഴിഞ്ഞപ്പോൾ മറ്റൊരു സുന്ദരനായ ചെറുപ്പക്കാരൻ ഞങ്ങളുടെ കൂടെ താമസം തുടങ്ങി. കിഴവന്റെ സഹോദരിയുടെ മകനാണ് എന്നാണ് അയാൾ പറഞ്ഞത്. അവൻ നല്ലൊരു നായാട്ടുകാരനാണത്രെ. അയാൾ മാസങ്ങളോളം കാട്ടിലും മേട്ടിലും അലഞ്ഞുനടക്കുമായിരുന്നു. പട്ടണത്തിലെത്തിയാൽ ഞങ്ങളുടെ കൂടെയാണ് താമസം. ഞാൻ പുസ്തകങ്ങളിൽ വായിച്ചതും പഠിച്ചതും അവരെ പറഞ്ഞു കേൾപ്പിക്കും. അമ്മാവനും മരുമകനും അവരുടെ അനുഭവങ്ങൾ എന്നോടും പറയുമായിരുന്നു.

ഒരുദിവസം ഞാനും കിഴവനും സംസാരിച്ചുകൊണ്ടിരുന്നപ്പോൾ, പെട്ടെന്ന് വാതിൽ തള്ളിത്തുറന്ന് എന്റെ മുറപ്പെണ്ണ് അകത്തേക്ക് വന്നു. അവൾ പതിവുപോലെ കറുത്ത വേഷത്തിലായിരുന്നു. അവളെ കണ്ടപ്പോൾ ഞാൻ അറിയാതെ ചാടിയെണീറ്റുപോയി. അവൾ അത് കണ്ടതായിപ്പോലും ഭാവിക്കാതെ കിഴവനോട് പറഞ്ഞു:

"അമ്മാവന് ഞാൻ എങ്ങനെയാണ് നന്ദി പറയേണ്ടത്? അങ്ങ് എന്നേയും എന്റെ ബാപ്പയേയും പരിപാലിച്ചു വളർത്തി. ഇപ്പോൾ എന്റെ മുറച്ചെറുക്കനും അങ്ങുതന്നെ വഴികാട്ടിയായി.

അയാൾ ഒന്നും മിണ്ടിയില്ല. അവൾ എന്റെ നേരെ തിരിഞ്ഞിട്ട് പറഞ്ഞു:

"അമ്മാവന്റെ ഉപദേശം കേട്ടതിന് നന്ദി. ഇനി പറയൂ. സ്ത്രീകളെക്കുറിച്ച് ഇപ്പോൾ എന്താണഭിപ്രായം?"

ഞാനാകെ നാണിച്ചു.

"പുരുഷന്മാരിലെന്നപോലെ സ്ത്രീകളിലും നല്ലവരും ചീത്തയാൾക്കാരുമുണ്ടെന്ന് ഇപ്പോൾ മനസിലായി. നിന്നെപ്പോലെ ഒരു ഉത്തമസ്ത്രീ എന്നെപ്പോലെ ഒരു വഷളൻ പുരുഷൻ – ഇതുതന്നെ അതിനുദാഹരണമല്ലേ?"

എന്റെ മറുപടി കേട്ട് അവൾ പൊട്ടിച്ചിരിച്ചു. കിഴവൻ എന്നെ പുകഴ്ത്തിക്കൊണ്ടു പറഞ്ഞു:

"മോള് സമ്മതിക്കുകയാണെങ്കിൽ ഇനി നമുക്ക് ഇവനെ വിവാഹം കഴിപ്പിക്കാം."

"അങ്ങ് തീരുമാനിക്കുന്നതുപോലെ. ഞാൻ ചെന്ന് വിവാഹത്തിനുള്ള ഏർപ്പാടുകൾ ചെയ്യാം."

അവൾ പുറത്തേക്ക് പോയി.

"എന്റെ വിവാഹം വളരെ നാളുകൾക്കു മുമ്പ് പറഞ്ഞുറപ്പിച്ചതാണ്." ഞാൻ പറഞ്ഞു.

"ആരാണ് വധു?" വൃദ്ധൻ ചോദിച്ചു.

"അവൾതന്നെ. ഞങ്ങളുടെ വിവാഹം ചെറുപ്പത്തിലേ ഉറപ്പിച്ചതാണ്."

"അവളുടെ വിവാഹം കഴിഞ്ഞു." അയാൾ പറഞ്ഞു.

"ഇബ്രാഹിം, നീ യാത്ര ചെയ്ത് ക്ഷീണിച്ചിരിക്കുകയാണ്. നിനക്ക് വിശ്രമം ആവശ്യമാണ്. അതുകൊണ്ട് ഞാൻ നീട്ടുന്നില്ല. ചുരുക്കിപ്പറയാം. ഞങ്ങളുടെ വീട് വളരെ വലുതാണ്. അതിന്റെ ഒരു ഭാഗത്ത് മറ്റാരോ ആണ് താമസം. വീടിന്റെ എതിർവശത്തുകൂടി ഒരു വഴിയുണ്ട്. അവിടെ ഒരു ജനലുണ്ട്. ആ വഴിയിൽക്കൂടി കിഴവന്റെ കൂടെ ഞാൻ രണ്ടുമൂന്നു വട്ടം പോയിട്ടുണ്ട്. ആ ജനലിനു പിന്നിൽ ഹൂറിയെപ്പോലൊരു സുന്ദരിയെ ഞാൻ കണ്ടിരുന്നു.

അവളെ കണ്ട് ഞാൻ തരിച്ചുനിന്നുപോയിട്ടുണ്ട്. സൗന്ദര്യം കണ്ട് മാത്രമല്ല. അവളുടെ കൈവിരലിൽ എന്റെ മുറപ്പെണ്ണിന്റെ വിരലിലുള്ളതുപോലൊരു മോതിരമുണ്ട്. മാത്രവുമല്ല, അവൾക്ക് എന്റെ മുറപ്പെണ്ണിന്റെ അതേ മുഖച്ഛായയാണ്. വൃദ്ധന്റെ മരുമകന്റെ ഛായയും അവൾക്കുണ്ടായിരുന്നു.

എന്നെ കാണുമ്പോൾ അവൾ ജനാലവിരിക്കുള്ളിൽ മുഖം മറയ്ക്കും. കിഴവനും അവളെ നോക്കാറുണ്ടെന്ന് ഞാൻ ശ്രദ്ധിച്ചിരുന്നു.

"ആരാണാ പെണ്ണ്?" ഞാൻ ചോദിച്ചു.

"നമ്മുടെ അയൽക്കാരിയാണ്. എന്താ നിനക്ക് ഇഷ്ടമായോ?"

"ഉവ്വ്."

കിഴവൻ പാത്തും പതുങ്ങിയും നോക്കിയിട്ട് പറഞ്ഞു:

"ഇത് നമ്മൾ മാത്രം അറിഞ്ഞാൽ മതി. എന്റെ മരുമകൻ അറിയണ്ട. നിന്റെ മുറപ്പെണ്ണും അറിയണ്ട. നമ്മുടെ അയൽക്കാരിയെ നീ വിവാഹം കഴിക്കുന്നത് എനിക്ക് സമ്മതമാണ്. അവൾ നല്ല കുട്ടിയാണ്. നാളെത്തന്നെ നിന്റെ മുറപ്പെണ്ണിനെ വിളിപ്പിച്ച് വിവരം പറയാം. അവൾ സമ്മതിക്കുമെന്ന് എനിക്ക് തോന്നുന്നില്ല. എന്റെ മരുമകനും എതിർത്തേക്കും. പക്ഷേ, നീ ഉറച്ചു നിൽക്കണം. ഈ പെണ്ണ് അല്ലെങ്കിൽ ജീവിതത്തിൽ വിവാഹമേ ഇല്ലെന്നു പറയണം."

"അവർ രണ്ടുപേരും എന്തിനാ എതിരു നിൽക്കുന്നത്?" ഞാൻ ചോദിച്ചു.

"അതു രഹസ്യമാണ്."

"എന്നോട് പറയില്ലേ?"

"ഇല്ല. ഇപ്പോൾ പറയില്ല."

"പിന്നെ എപ്പോഴാ പറയുക?"

"നിന്റെ വിവാഹശേഷം."

അന്നുതന്നെ കിഴവൻ മുറപ്പെണ്ണിനെ വിളിക്കാൻ ആളയച്ചു. അയാളുടെ മരുമകനും അന്നുതന്നെ എത്തി. അവൻ എന്നെ ഏറെ ഉപദേശിച്ചു. ഞാൻ വകവെച്ചില്ല.

രാവിലെ എന്റെ മുറപ്പെണ്ണെത്തി. ഞാനും അവളും നേരം ഇരുട്ടുവോളം സംസാരിച്ചിരുന്നു. വാദപ്രതിവാദങ്ങൾ നടത്തി. ഞാൻ വിട്ടുകൊടുത്തില്ല. എന്റെ ക്ഷമ നശിച്ചു.

"നീ പറയുന്നതെന്തും അനുസരിക്കാൻ ഞാൻ നിന്റെ അടിമയല്ല. ഞാൻ ഒരുപാടു തെറ്റുകൾ ചെയ്തു എന്നത് നേരാണ്. അതുപോലെ തന്നെ നീയും തെറ്റുകാരിയാണ്. നീ നിന്റെ മുറച്ചെറുക്കനെ മറന്ന് മറ്റൊരാളെ വിവാഹം കഴിച്ചില്ലേ?"

അതിനവൾക്ക് ഉത്തരമില്ലായിരുന്നു. അവൾ പോകാനായി എഴുന്നേറ്റു. വൃദ്ധൻ തടഞ്ഞു: "എനിക്ക് നിങ്ങളുടെമേൽ എന്തെങ്കിലും അവകാശം ബാക്കിയുണ്ടോ? എങ്കിൽ ഞാൻ പറയുന്നത് നിങ്ങൾ അനുസരിക്കണം. അല്ലെങ്കിൽ ഞാനിതാ പോകുന്നു. നിങ്ങളായി നിങ്ങളുടെ പാടായി."

അദ്ദേഹം കോപംകൊണ്ട് വിറച്ചിരുന്നു. അതുകണ്ട് ഞങ്ങൾ അടങ്ങി. അദ്ദേഹം തുടർന്നു:

"അവളെ വിവാഹം കഴിക്കാൻ ഞാനാണ് ഇവനെ പ്രേരിപ്പിച്ചത്. ഞാൻ മനപ്പൂർവം അവളെ കാണിക്കാൻ വേണ്ടിയാണ് ആ തെരുവിൽ കൊണ്ടുപോയത്."

എന്റെ മുറപ്പെണ്ണ് എന്തോ പറയാൻ തുടങ്ങി. കിഴവൻ തടഞ്ഞു:

"നിൽക്ക്. ഞാൻ പറഞ്ഞുതീരട്ടെ. എന്നെ തടസ്സപ്പെടുത്തിയാൽ ഞാനിനി ഇവിടെ നിൽക്കില്ല."

അയാൾ എന്നോടായി പറഞ്ഞു:

"നിന്റെ മുറപ്പെണ്ണ് എന്റെ മരുമകളാണ്. നീ കണ്ട് മോഹിച്ച പെണ്ണും അവൾതന്നെ. അവൾ ഇന്നും അവിവാഹിതയാണുതാനും."

വൃദ്ധൻ അവളുടെ പർദ നീക്കി. അവളുടെ മുഖം കണ്ട് ഞാൻ അമ്പരന്നു. അതേ, അവൾ തന്നെ. കിഴവന്റെ മരുമകനായി വന്നിരുന്നതും അവൾതന്നെ ആയിരുന്നത്രെ. അവൾ എന്നെ പരീക്ഷിക്കുകയായിരുന്നു.

ഞങ്ങൾ വിവാഹം കഴിച്ചു. സന്തോഷത്തോടെ ജീവിച്ചു. പക്ഷേ, ഞങ്ങളുടെ സന്തോഷം അധികകാലം നീണ്ടുനിന്നില്ല."

"എന്തുപറ്റി? നിന്റെ ഭാര്യ എവിടെപ്പോയി?"

ഇബ്രാഹിം ചോദിച്ചു.

"രണ്ടുമാസമായി അവളെ കാണാതായിട്ട്. ഒരടയാളംപോലും ബാക്കിവെയ്ക്കാതെ അവൾ മറഞ്ഞു. അന്വേഷിക്കാത്ത സ്ഥലമില്ല. എനിക്ക് മടുത്തു."

അപ്പോഴേക്കും കിഴവൻ ഭക്ഷണവുമായി എത്തി. മൂന്നുപേരും ഒന്നിച്ച് ഭക്ഷണം കഴിച്ച് ഉറങ്ങാൻ കിടന്നു.

പിറ്റേദിവസം രാവിലെ ഇബ്രാഹിം ചെറുപ്പക്കാരനോട് പറഞ്ഞു: "ഞാനൊരു അത്യാവശ്യകാര്യത്തിന് പോവുകയാണ്. ഇന്നു വൈകു

ന്നേരത്തിനു മുമ്പ് തിരിച്ചെത്തിയില്ലെങ്കിൽ എന്നെ കാത്തിരിക്കണ്ട. ഞാൻ മരിച്ചുപോയെന്ന് കരുതിക്കോളൂ. ആപത്തൊന്നും കൂടാതെ ഞാൻ തിരിച്ചെത്തുകയാണെങ്കിൽ നിന്റെ ഭാര്യയെ ഞാൻ കണ്ടുപിടിക്കും."

ഇബ്രാഹിം തന്റെ യാത്ര തുടർന്നു. മൈലുകൾ താണ്ടിയപ്പോൾ മന്ത്രവാദിനി പറഞ്ഞ ഗുഹ കണ്ടെത്തി. അകത്തേക്കുള്ള വഴിയും കണ്ടു. ഗുഹയുടെ അകത്ത് ഒരു സുന്ദരിയെ തലമുടിയിൽ കെട്ടിത്തൂക്കിയിരിക്കുന്നു. അവളുടെ ഇടതുകാലിൽ സൂചികൊണ്ട് ഒരു ദ്വാരമിട്ടിരിക്കുന്നു. ദ്വാരത്തിൽക്കൂടി ചോര തുള്ളിത്തുള്ളിയായി വീഴുന്നുണ്ടായിരുന്നു. ചോര ശേഖരിക്കാനായി അവളുടെ കാലിന് ചുവട്ടിൽ ഒരു സ്വർണത്തംബ്ലർ വെച്ചിരുന്നു. അവനെ കണ്ടതും അവൾ പറഞ്ഞു:

"ചെറുപ്പക്കാരാ, വെറുതെ ജീവിതം തുലയ്ക്കണ്ട. ഓടി രക്ഷപ്പെടാൻ നോക്ക്. ചെകുത്താൻ നിന്നെ കണ്ടാൽ എല്ലുപോലും ബാക്കിവെയ്ക്കില്ല. ചോര ഊറ്റിക്കുടിക്കും."

ഇബ്രാഹിം ഒന്നും പറയാതെ ദേവൻ വരുന്നതും നോക്കി ഇരുന്നു. ഭൂമി കുലുങ്ങുകയും ആകാശം അടിമുടി വിറയ്ക്കുകയും ചെയ്തു. കാതടപ്പിക്കുന്ന ശബ്ദം മുഴങ്ങി. അത് ചെകുത്താന്റെ വരവായിരുന്നു. ഇബ്രാഹിമിനെ കണ്ടതും ചെകുത്താൻ അവന്റെ നേരെ തിരിഞ്ഞു. അവർ വൈകുന്നേരം വരെ യുദ്ധം ചെയ്തു. രണ്ടുപേരും ശക്തന്മാരായിരുന്നു. പഠിച്ചപണി മുഴുവൻ നോക്കിയിട്ടും ചെകുത്താന് ഇബ്രാഹിമിനെ തോൽപ്പിക്കാൻ കഴിഞ്ഞില്ല. ഭാഗ്യം ഇബ്രാഹിമിനെ തുണച്ചു. അവൻ ചെകുത്താനെ കഴുത്തിനു പിടിച്ചു താഴെ വീഴ്ത്തി. മന്ത്രവാദിനി പറഞ്ഞതനുസരിച്ച് സ്വർണപ്പാത്രത്തിലെ ചോര ചെകുത്താന്റെ കണ്ണിലൊഴിച്ചു.

ചെകുത്താൻ കുരുടനായി. ഇബ്രാഹിം ചെകുത്താനെ കുത്താനായി വാളൂരി. എന്തതിശയം! ചെകുത്താൻ മറഞ്ഞു. പകരം അവന്റെ ഭാര്യയുടെ ശവം!

അവന്റെ കൈ വിറച്ചു. അപ്പോഴേക്കും അശരീരിപോലെ മന്ത്രവാദിനിയുടെ സ്വരം കേട്ടു: "മടിച്ചുനിൽക്കാതെ അവനെ കൊല്ല്. അല്ലെങ്കിൽ അവൻ നിന്നെ പിച്ചിച്ചീന്തും."

ഇബ്രാഹിം കണ്ണടച്ചുകൊണ്ട് അവന്റെ ഭാര്യയുടെ തലയറുത്തു. കണ്ണു തുറന്നപ്പോൾ അത് ചെകുത്താൻതന്നെ. അപ്പോഴേക്കും മന്ത്രവാദിനി അവിടെയിറങ്ങി. അവൾ ചെകുത്താന്റെ ചോര ഒരു പാത്രത്തിൽ നിറച്ച് അവന് കൊടുത്തിട്ട് പറഞ്ഞു:

"ഇതെടുത്തോളൂ. ഈ ചോരതളിക്കുന്ന എന്തും സ്വർണമായിത്തീരും. നിന്റെ ഭാര്യയുടെ വേഷത്തിൽ വന്ന് വെള്ളപ്പൂതം നിന്നെ ചതി

ക്കാൻ ശ്രമിക്കുകയായിരുന്നു. തലകീഴായി തൂങ്ങിക്കിടക്കുന്ന ആ സുന്ദരി നിന്റെ കൂട്ടുകാരന്റെ ഭാര്യയാണ്. അവളെ വെള്ളപ്പൂതം കട്ടുകൊണ്ടുവന്നതാണ്."

ഇബ്രാഹിം അവളെ കൂട്ടുകാരന്റെ വീട്ടിലെത്തിച്ചു. എന്നിട്ട് മന്ത്രവാദിനിയുടെ ചിറകിലിരുന്ന് സ്വന്തം നാട്ടിലെത്തി. മന്ത്രവാദിനി ഇബ്രാഹിമിന്റെ മാന്ത്രിക അരപ്പട്ട അവന് തിരിച്ചുനൽകി.

നാട്ടിലെത്തിയ ഇബ്രാഹിം അവന്റെ കച്ചവടം ഏറ്റെടുത്തു. അവന്റെ ഭാര്യ ഉമ്മയോട് എല്ലാം തുറന്നുപറഞ്ഞു. അവൾ പുരുഷവേഷം മാറി സ്ത്രീയായി. ഇബ്രാഹിമിന്റെ ഉമ്മ നാട്ടുകാരെ മുഴുവൻ ക്ഷണിച്ച് ഗംഭീര സദ്യ കൊടുത്തു. ഇബ്രാഹിം ഭാര്യയുമൊത്ത് സുഖമായി കഴിഞ്ഞു.

7

ഏഴാങ്ങളമാരും കുഞ്ഞിപ്പെങ്ങളും

ഖാജാ അബൂത്വാലിബ് എന്നൊരു കച്ചവടക്കാരനുണ്ടായിരുന്നു. വലിയ പണക്കാരൻ. കച്ചവടക്കാരന്റെ ഭാര്യയുടെ പേര് പ്യാരി. മകൾ നജ്മ. ഭാര്യയെയും മകളെയും അബൂത്വാലിബിന് ജീവനായിരുന്നു. കച്ച വടാവശ്യങ്ങൾക്കായി ദൂരസ്ഥലങ്ങളിൽ യാത്ര ചെയ്യുമ്പോൾ ഭാര്യ യെയും മകളെയും കാണാതെ അയാൾ നന്നേ വിഷമിക്കുമായിരുന്നു.

കഷ്ടകാലമെന്നല്ലാതെ എന്തുപറയാൻ! അബൂത്വാലിബിന്റെ ഭാര്യ പ്യാരി കഠിനമായ രോഗം ബാധിച്ച് കിടപ്പിലായി. താമസിയാതെ മരി ക്കുകയും ചെയ്തു. ഭാര്യയുടെ മരണം അയാളെ വല്ലാതെ വേദനിപ്പിച്ചു.

വീട്ടിൽ മകൾ ഒറ്റയ്ക്കായി. മകളെ ഒറ്റയ്ക്കാക്കി എങ്ങോട്ടും പോ കാൻ അയാൾ ഇഷ്ടപ്പെട്ടിരുന്നില്ല. ചരക്കെടുക്കാൻ പോലും പോകാൻ കഴിയാതെ അയാൾ വിഷമിച്ചു. കച്ചവടമില്ലാതെ എങ്ങനെ ജീവിക്കും? വീട്ടുകാര്യങ്ങളും ആകെ താറുമാറായി. നിവൃത്തിയില്ലാതെ അയാൾ രണ്ടാമതും വിവാഹം കഴിക്കാൻ തീരുമാനിച്ചു.

മറ്റൊരു കച്ചവടക്കാരന്റെ മകൾ ഹൈറുന്നീസയായിരുന്നു അയാ ളുടെ രണ്ടാം ഭാര്യ. ഹൈറുന്നീസയുടെ പിതാവിന് കണക്കില്ലാത്ത പണ മുണ്ട്. അതുകൊണ്ട് മകളുടെ വിവാഹം ആർഭാടമായിട്ടുതന്നെ നടത്തി. പുതിയപെണ്ണ് വീട്ടിലെത്തിയതും അബൂത്വാലിബ് പറഞ്ഞു:

"എന്റെ മകൾ നജ്മ എനിക്ക് എല്ലാമാണ്. നീ അവളെ സ്വന്തം മകളെപ്പോലെ നോക്കണം."

"നിങ്ങൾ ഒന്നുകൊണ്ടും പേടിക്കണ്ട. നജ്മ എന്റേയും മകളാണ്." ഭാര്യ പറഞ്ഞു.

കാലം മുന്നോട്ടു നീങ്ങി. നജ്മയ്ക്ക് വയസ്സ് പതിനഞ്ചായി. കാണാൻ അതിസുന്ദരി. പല ചെറുപ്പക്കാരും അവളെ വിവാഹം കഴിക്കാൻ ആശിച്ചു.

അക്കൂട്ടത്തിൽ മുറാദ്ദ് എന്നു പേരുള്ള ഒരു പാവം ആട്ടിടയനും ഉണ്ടായിരുന്നു. അവന് നജ്മയോട് കടുത്ത പ്രേമം. ഭക്ഷണത്തിന് രുചിയില്ലാതായി. മുറാദ്ദ് നാൾക്കുനാൾ ക്ഷീണിച്ചു. അതുകണ്ട അവന്റെ ഉമ്മ കാര്യം തിരക്കി. അവൻ ഉമ്മയോട് സംഗതി പറഞ്ഞു. ഉമ്മ അക്കാര്യം അവന്റെ ബാപ്പയെ അറിയിച്ചു.

തന്റെ മകൻ നഗരത്തിലെ പ്രമുഖനായ കച്ചവടക്കാരന്റെ മകളെ വിവാഹം കഴിക്കാൻ ആഗ്രഹിക്കുന്നു എന്നു കേട്ടപ്പോൾ ബാപ്പയ്ക്ക് വിഷമമായി.

"മോനേ, നടക്കാത്ത കാര്യങ്ങളോർത്ത് വെറുതെ ആരോഗ്യം നശിപ്പിക്കണ്ട. അയാൾ മകളെ ഒരിക്കലും നിനക്ക് വിവാഹം കഴിപ്പിച്ചു തരില്ല. അക്കാര്യം നീ മറന്നേക്ക്."

അതുകേട്ട് മുറാദ്ദിന്റെ ഹൃദയം നൊന്തു. എന്തു പറഞ്ഞിട്ടും അവന്റെ തലയിൽ കയറില്ല. തിന്നാതെയും കുടിക്കാതെയും മുറാദ്ദ് രോഗം വന്ന് കിടപ്പിലായി. കണ്ടു സഹിക്കാൻ കഴിയാതെ അവന്റെ ബാപ്പ കല്യാണാലോചനയുമായി അബൂത്വാലിബിനെ കാണാൻ ചെന്നു. ത്വാലിബ് അയാളെ ആട്ടിയോടിച്ചു.

അബൂത്വാലിബിന്റെ ഭാര്യ ഹൈറുന്നീസയുടെ കൈയിൽ സംസാരിക്കുന്ന ഒരു മാന്ത്രികക്കണ്ണാടിയുണ്ട്. എന്നും അണിഞ്ഞൊരുങ്ങുമ്പോൾ അവൾ കണ്ണാടിയിൽ നോക്കി തന്നത്താൻ സംസാരിക്കും. ഒരുദിവസം വിശേഷപ്പെട്ട വസ്ത്രങ്ങൾ ധരിച്ച് കണ്ണാടിയുടെ മുന്നിൽ നിന്നുകൊണ്ട് അവൾ ചോദിച്ചു:

"എന്നെക്കാൾ സുന്ദരിയായ മറ്റൊരു സ്ത്രീ ഈ ലോകത്തിൽ എവിടെയെങ്കിലും ഉണ്ടോ? വെറുതേ, അറിയാൻ വേണ്ടി ചോദിക്കുകയാണ്."

"ഉണ്ട്." കണ്ണാടി പറഞ്ഞു.

"ആരാ?"

"സുന്ദരിയായ നജ്മ."

കേട്ടതും ഹൈറുന്നീസയ്ക്ക് ആധിയായി. അസൂയ സഹിക്കാൻ കഴിയുന്നില്ല. അവളുടെ മനസ്സ് വല്ലാതെ അസ്വസ്ഥമായി. ഏറെനേരം തിരിച്ചുംമറിച്ചും ചിന്തിച്ചതിനുശേഷം നജ്മയെ കൊല്ലാൻ തന്നെ അവൾ തീരുമാനിച്ചു.

ഹൈറുന്നീസയ്ക്ക് ഒരു ആരാധകനുണ്ട്. അവൾ എന്തു പറഞ്ഞാലും അവൻ കണ്ണടച്ച് അനുസരിക്കും. അവനെ ഇക്കാര്യം ഏൽപ്പിക്കാൻ അവൾ തീരുമാനിച്ചു.

അവൾ അവസരം പാർത്തിരുന്നു. ഒരിക്കൽ അബൂത്വാലിബ് സ്ഥലത്തില്ലാത്ത തക്കംനോക്കി അവൾ തന്റെ ആരാധകനെ വിളിപ്പിച്ചിട്ട് പറഞ്ഞു:

"നജ്മയെ കാട്ടിൽ കൊണ്ടുപോയി കൊല്ലണം. അവളുടെ രക്തം പുരണ്ട മേൽവസ്ത്രം എനിക്കായി കൊണ്ടുവരണം."

അവൾ പറയുന്നതെന്തും മറുചോദ്യമില്ലാതെ അനുസരിക്കാൻ അയാൾ തയാറായിരുന്നു.

"കൊല്ലുന്ന കാര്യം ഞാനേറ്റു. നിങ്ങൾ അവളെ എന്തെങ്കിലും മരുന്നുകൊടുത്ത് മയക്കിക്കിടത്തിയേക്കണം."

വൈകുന്നേരം പഴച്ചാറിൽ മയക്കുമരുന്ന് ചേർത്ത് ഹൈറുന്നീസ നജ്മയ്ക്ക് കുടിക്കാൻ കൊടുത്തു. പഴച്ചാറ് കുടിച്ചതും നജ്മ ഉറക്കം തുടങ്ങി. നേരം സന്ധ്യമയങ്ങിയപ്പോൾ ഹൈറുന്നീസയുടെ ആരാധകൻ എത്തി. നജ്മയെ ഒരു തുണിയിൽ പൊതിഞ്ഞ് തോളിലേറ്റി അയാൾ കാട്ടിലേക്ക് പുറപ്പെട്ടു. കാട്ടിനുള്ളിൽ ചെന്നപ്പോൾ അയാൾ നജ്മയെ താഴെക്കിടത്തി. ആ പെൺകുട്ടിയുടെ നിഷ്കളങ്കമായ മുഖം കണ്ടപ്പോൾ അയാൾക്ക് അവളെ കൊല്ലാൻ തോന്നിയില്ല.

"പാവം കുട്ടി! ഇവളെ എങ്ങനെ കൊല്ലും? വല്ല കാട്ടുമൃഗങ്ങളും പിടിച്ചു തിന്നുകയാണെങ്കിൽ തിന്നോട്ടെ. എനിക്ക് ഈ പാപത്തിന് കൂട്ടുനിൽക്കാൻ വയ്യ."

അയാൾ അവളുടെ മേൽവസ്ത്രം ഊരിയെടുത്തു. പൊതിഞ്ഞിരുന്ന തുണികൊണ്ട് അവളെ നന്നായി പുതപ്പിച്ചു. ഒരു മുയലിനെ കൊന്ന് ചോര നജ്മയുടെ മേൽവസ്ത്രത്തിൽ പുരട്ടി. അത് ഹൈറുന്നീസയ്ക്ക് കാഴ്ചവെച്ചു.

അവൾക്ക് എന്തെന്നില്ലാത്ത സന്തോഷമായി. ഇനി അവളെ വെല്ലാൻ ഈ ലോകത്തിൽ ആരുണ്ട്? അവൾ തന്നെ ലോകസുന്ദരി.

മൂന്നുരാവും മൂന്നുപകലും നജ്മ ഒരേ ഉറക്കമുറങ്ങി. നാലാം ദിവസം കണ്ണു തുറന്നപ്പോൾ അവൾ പേടിച്ചു വിറച്ചു. അവളുടെ മുറിയിലെ പട്ടുമെത്തയിലല്ല കിടക്കുന്നത്. കൊടുങ്കാട്ടിൽ ചരൽക്കല്ലിൽ. ദേഹം വേദനിക്കുന്നു. ഇളയമ്മയുടെ പണിയായിരിക്കുമെന്ന് അവൾക്ക് ഉറപ്പായി. സങ്കടം സഹിക്കാൻ കഴിയാതെ അവൾ കുറേനേരം കരഞ്ഞു. വിധിയെ ശപിച്ചുകൊണ്ട് കാട്ടിലൂടെ നടക്കാൻ തുടങ്ങി.

നടന്നുനടന്ന് അവളൊരു കുന്നിൻചരിവിലെത്തി. ചുറ്റും നോക്കിയപ്പോൾ മലയടിവാരത്തിൽ ഒരു കൊച്ചുകുടിൽ കണ്ടു. "ഈ കാട്ടിലേതായാലും മനുഷ്യവാസം കാണില്ല, ഏതെങ്കിലും ചെകുത്താന്മാരുടെ വാസസ്ഥലമായിരിക്കും. എന്തായാലും അങ്ങോട്ടേക്ക് ചെല്ലുകതന്നെ. ചെകുത്താൻ കൊല്ലുന്നെങ്കിൽ കൊല്ലട്ടെ." നജ്മ വിചാരിച്ചു.

അവൾ ആ വീട്ടുപടിക്കലെത്തി. പടിക്കൽ ഒരു ഭീകരനായ നായ കിടക്കുന്നു. അവൾക്ക് വല്ലാത്ത പേടി തോന്നി. പക്ഷേ, നായ നജ്മയെ ഒന്നും ചെയ്തില്ല. അത് അവളുടെ കാലിൽ നക്കി സ്നേഹം പ്രകടിപ്പിച്ചു. അവൾ ആശ്വാസത്തോടെ വീട്ടിനകത്തേക്ക് കയറി. അവൾ വീടു മുഴുവൻ നടന്നുകണ്ടു. ഒരു മുറിയിൽ ആവശ്യത്തിന് അരിയും എണ്ണയും ഉണ്ടായിരുന്നു. വീട്ടിനകത്ത് ആരുമില്ലായിരുന്നു. എന്തുചെയ്യണമെന്ന് നജ്മയ്ക്ക് എത്തുംപിടിയും കിട്ടിയില്ല. കുറേനേരം ആലോചിച്ചു നിന്നിട്ട് അവൾ പാവാട തെറുത്ത് കുത്തി അടുക്കളയിൽ കയറി അടുപ്പുകത്തിച്ചു. ചോറും കറിയും വെച്ചു.

സൂര്യൻ മറഞ്ഞു. നേരം സന്ധ്യ മയങ്ങിയപ്പോൾ കുതിരക്കുളമ്പടി കേട്ടു. അവൾ ഒരു മൂലയിൽ ഒളിച്ചു. അൽപ്പസമയത്തിനുള്ളിൽ ഏഴു വീരന്മാർ വീട്ടിനകത്തെത്തി.

ഏഴു സഹോദരന്മാർ എന്ന പേരിലാണ് അവർ ജനങ്ങൾക്കിടയിൽ അറിയപ്പെട്ടിരുന്നത്. രാജാവിന്റെ അക്രമവും അനീതിയും സഹിക്കാൻ കഴിയാതെ അവർ നാടും വീടും വിട്ട് കാട്ടിൽ വന്നു താമസിക്കുകയാണ്.

അകത്തുകയറിയ സഹോദരന്മാർ വീടു കണ്ട് അത്ഭുതപ്പെട്ടു. മുറികളെല്ലാം അടിച്ചുവാരി വൃത്തിയാക്കിയിട്ടിരിക്കുന്നു. അടുപ്പിൽ ചോറും കറിയും തയാർ. അവർ അതിശയിച്ച് തമ്മിൽത്തമ്മിൽ നോക്കി. അവരെ ഭയന്ന് വളർത്തുനായ പോലും അന്ന് അകത്തേക്ക് കടന്നില്ല. ഏഴുപേരും ഒന്നും മിണ്ടാതെ ഭക്ഷണം കഴിച്ചു. ഭക്ഷണം കഴിഞ്ഞപ്പോൾ മൂത്ത സഹോദരൻ പറഞ്ഞു:

"നമുക്ക് രാവിലെവരെ നോക്കാം. എന്താണുണ്ടാകുന്നതെന്ന് അറിയണമല്ലോ."

അവർ സുഖമായി ഉറങ്ങി. രാവിലെ എണീറ്റ് എല്ലാവരും പതിവുപോലെ പുറത്തേക്കിറങ്ങി.

അവർ പുറത്തിറങ്ങിയതും നജ്മ കട്ടിലിനടയിൽ നിന്നു പുറത്തേക്കു വന്നു. സഹോദരന്മാരുടെ കിടക്കവിരി മടക്കിവെച്ചു. വീട് അടിച്ചു തുടച്ച് വൃത്തിയാക്കി. ചോറും കറിയും വെച്ചു. അൽപ്പം ചോറെടുത്ത് കഴിച്ചിട്ട് ബാക്കി ചൂടാറാതിരിക്കാൻ അടുപ്പിലെ കനലിൽ അടച്ചുവെച്ചു.

വൈകുന്നേരമായപ്പോൾ സഹോദരന്മാർ പതിവുപോലെ വീട്ടിലെത്തി. തലേന്നത്തെപ്പോലെ വീട് വൃത്തിയാക്കിവെച്ചിരിക്കുന്നു. അടുപ്പിൽ ചൂടുള്ള ചോറും കറിയും തയാർ.

മൂന്നാം ദിവസവും ഇതുതന്നെ കണ്ടപ്പോൾ മൂത്ത സഹോദരൻ പറഞ്ഞു:

അനിയന്മാരെ, ഇവിടെ നമ്മെക്കൂടാതെ ആരോ ഒരാൾകൂടിയുണ്ട്. നാം പുറത്തുപോകുമ്പോൾ നമ്മുടെ വീട് വൃത്തിയാക്കുന്നു. ചോറും കറിയും തയാറാക്കുന്നു. നമ്മെ കാണുമ്പോൾ ഒളിക്കുകയും ചെയ്യുന്നു."

"സ്നേഹിതാ പുറത്തേക്കു വരൂ" അവർ ഒന്നിച്ചു പറഞ്ഞു.

"താങ്കൾ വയസ്സനാണെങ്കിൽ ഞങ്ങൾക്ക് പിതാവായിരിക്കും, യുവാവാണെങ്കിൽ സഹോദരനായിരിക്കും, സ്ത്രീയാണെങ്കിൽ അമ്മയായിരിക്കും, യുവതിയാണെങ്കിൽ സഹോദരിയായിരിക്കും."

ഇതുകേട്ട നജ്മ പുറത്തുവന്ന് അവളുടെ കഥ പറഞ്ഞു.

"അള്ളാഹുവാണ് നിന്നെ ഞങ്ങളുടെ അടുത്ത് എത്തിച്ചത്. ഞങ്ങൾക്ക് ഒരു സഹോദരിയെ കിട്ടി. നീ എന്നും ഞങ്ങളുടെ കുഞ്ഞിപ്പെങ്ങളായിരിക്കും. നിന്നെ ഞങ്ങൾ പൊന്നുപോലെ നോക്കും."

നജ്മയ്ക്ക് സന്തോഷമായി. അവളും സഹോദരന്മാരും സന്തോഷത്തോടെ കഴിഞ്ഞു.

കച്ചവടം കഴിഞ്ഞ് തിരിച്ചെത്തിയ അബൂത്വാലിബ് വീട്ടിലെത്തിയതും മകളെ വിളിച്ചു. കുറേ വിളിച്ചിട്ടും മറുപടി കിട്ടാതായപ്പോൾ അയാൾ ഭാര്യയോട് ചോദിച്ചു:

"എന്റെ മോളെവിടെ?"

ഭാര്യ കരച്ചിൽ തുടങ്ങി. അവൾ കണ്ണീരൊലിപ്പിച്ചുകൊണ്ട് പറഞ്ഞു: "നമ്മുടെ മോൾ പാടത്ത് നടക്കാനിറങ്ങിയതായിരുന്നു. ഒരു ചെന്നായ അവളെ കടിച്ചുകൊണ്ടുപോയി. ദേ, അവളുടെ രക്തം പുരണ്ട മേൽവസ്ത്രം കണ്ടില്ലേ?"

അബൂത്വാലിബ് സങ്കടം സഹിക്കാൻ കഴിയാതെ മാറത്തടിച്ച് നിലവിളിച്ചു. നാട്ടുകാർ ഓടിക്കൂടി. ആളുകൾ അയാളെ പലതും പറഞ്ഞ് ആശ്വസിപ്പിച്ചു. പക്ഷേ, അബൂത്വാലിബിന് സങ്കടം അടക്കാൻ കഴിഞ്ഞില്ല. അയാൾക്ക് മകളെ മറക്കാൻ കഴിഞ്ഞില്ല. രാത്രി കിടന്നാൽ ഉറക്കമില്ല. കണ്ണടച്ചാൽ ചെന്നായ കടിച്ചുകൊണ്ടോടുന്ന മകളുടെ രൂപമാണ് മനസിൽ.

പക്ഷേ, അയാളുടെ ഭാര്യ ഹൈറുന്നീസ പതിവിലും സന്തോഷവതിയായിരുന്നു. അവൾ അണിഞ്ഞൊരുങ്ങി മൂളിപ്പാട്ടും പാടിനടന്നു. കണ്ണാടിയിൽ നോക്കി സ്വന്തം മുഖച്ഛായ കണ്ട് രസിച്ചു. ഒരിക്കൽ കണ്ണാടിയോട് ചോദിച്ചു:

"ഞാനല്ലേ വിശ്വസുന്ദരി?"

"അല്ല."

"പിന്നെ ആരാ?"

"മലയോരത്തെ ഏഴാങ്ങളമാരുടെ കുഞ്ഞിപ്പെങ്ങൾ."

ഹൈറുന്നീസയ്ക്ക് കലി അടക്കാനായില്ല. അവൾ തന്റെ പരിചാരകനെ വിളിപ്പിച്ചു.

"മലയോരത്തെ ഏഴാങ്ങളമാർക്ക് ഒരു കുഞ്ഞിപ്പെങ്ങളുണ്ട്. അവളെ കൊല്ലാൻ ആർക്കാ കഴിയുക?"

ആരും അനങ്ങിയില്ല. പ്രധാനസേവകൻ പറഞ്ഞു:

"എനിക്ക് സഹായത്തിന് രണ്ടുപേരെ വിട്ടുതരണം. ഞാനൊന്ന് ശ്രമിച്ചുനോക്കട്ടെ."

"വേഗമാവട്ടെ. ഇതിൽ നീ വിജയം വരിച്ചാൽ നീ പറയുന്നതെന്തും ഞാൻ സാധിപ്പിച്ചു തരാം."

പ്രധാന സേവകനും രണ്ട് അനുയായികളും മലയോരത്തേക്ക് പുറപ്പെട്ടു.

അനേകം ദിവസത്തെ യാത്രയ്ക്കുശേഷം അവർ മലയോരത്തെത്തി. മലമുകളിൽ കയറിനിന്നാൽ നക്ഷത്രങ്ങളെ തൊടാം. അത്ര ഉയരമുള്ളതായിരുന്നു മല. അവർ ഏഴാങ്ങളമാരുടെ വീട്ടുമുറ്റത്തെത്തി. പക്ഷേ, അകത്തേക്ക് കടക്കാൻ നായ അവരെ അനുവദിച്ചില്ല. അവരെ കണ്ടതും നായ പുലിയെപ്പോലെ ചീറിയടുത്തു. അവർ തിരിഞ്ഞോടി. സേവകന്റെ പരിചാരകർ വീട്ടിനു ചുറ്റും നടന്ന് പരിശോധിച്ചു. അപ്പോൾ മലയടിവാരത്തിലിരുന്ന് തപസ്സു ചെയ്യുന്ന ഒരു സന്ന്യാസിയെ കണ്ടു. മുഖ്യസേവകൻ സന്ന്യാസിയെ വണങ്ങിയിട്ട് ചോദിച്ചു:

"മഹാത്മാവേ, ഇതിൽ ആരാണ് താമസം?"

"ഏഴാങ്ങളമാരും അവരുടെ കുഞ്ഞിപ്പെങ്ങളും." സന്ന്യാസി പറഞ്ഞു.

"അതിനകത്ത് കടക്കുന്നതെങ്ങനെ?"

"ഒരു വഴിയുമില്ല. ശത്രുക്കളെ കണ്ടാൽ നായ കടിച്ചുകീറിം. മായാവിക്കും ഭൂതങ്ങൾക്കുപോലും അതിനകത്ത് കടക്കാനാവില്ല. എന്നിട്ടല്ലേ നിങ്ങളെപ്പോലുള്ളവർ കടക്കുന്നത്?"

"അവരുടെ പെങ്ങളുടെ പേരെന്താ?" മുഖ്യസേവകൻ ചോദിച്ചു.

"നജ്മ. 'സുന്ദരി നജ്മ' എന്നാണ് അവൾ അറിയപ്പെടുന്നത്."

ഹൈറുന്നീസയുടെ സേവകർ പഠിച്ചപണി പതിനെട്ടും നോക്കിയിട്ടും വീട്ടിനകത്ത് കയറാൻ കഴിഞ്ഞില്ല. വാതിലിനടുത്ത് ചെല്ലാൻപോലും നായ സമ്മതിച്ചില്ല."

അവർ നിരാശരായി നാട്ടിൽ തിരിച്ചെത്തി യജമാനത്തിയോട് സംഗതികൾ പറഞ്ഞു.

ഏഴാങ്ങളമാരുടെ കുഞ്ഞിപ്പെങ്ങൾ ഭർത്താവിന്റെ മകൾ നജ്മ തന്നെ. ഹൈറുന്നീസ ഉറപ്പിച്ചു. അവളുടെ ആഗ്രഹം നടപ്പാക്കാൻ കഴിയാത്ത സേവകരെ അവൾ ശാസിച്ചു.

"ഖുർ ആനാണെ സത്യം. ആ പെണ്ണിനെ കണ്ടുപിടിച്ച് കൊന്നില്ലെങ്കിൽ നിങ്ങളെ ഞാൻ വെട്ടിനുറുക്കും."

"അവിടുന്ന് സമാധാനപ്പെടണം. ഇത്തരം കാര്യങ്ങളിൽ നിപുണയായ ഒരു മന്ത്രവാദിനിയെ എനിക്കറിയാം. അവൾ തീർച്ചയായും ഈ കന്യകയെ കൊല്ലുകതന്നെ ചെയ്യും." മുഖ്യസേവകൻ പറഞ്ഞു.

"എങ്കിൽ ഉടനെ അവളെ കൂട്ടിക്കൊണ്ടുവരൂ." ഹൈറുന്നീസ കൽപ്പിച്ചു.

മുഖ്യസേവകൻ ഉടനെ ചെന്ന് മന്ത്രവാദിനിയെ കൂട്ടിക്കൊണ്ടുവന്നു.

"ഏഴാങ്ങളമാരുടെ കുഞ്ഞിപ്പെങ്ങളെ നീ ഉടനെ കണ്ടുപിടിച്ചു കൊല്ലണം. മലയടിവാരത്തിലാണ് അവളുടെ താമസം."

"ആ കന്യക ചെയ്ത തെറ്റെന്താണെന്ന് ആദ്യം പറ. എന്നിട്ട് അവളെ കൊല്ലുന്ന കാര്യം ആലോചിക്കാം."

"അവൾ എന്നേക്കാൾ സുന്ദരിയാണ്. അതാണ് അവൾ ചെയ്ത തെറ്റ്. എന്നേക്കാൾ സുന്ദരിയായ മറ്റൊരു സ്ത്രീ ഈ ലോകത്തിൽ ഉണ്ടാവാൻ പാടില്ല. നീ അവളെ കൊല്ലണം. നിനക്കാവശ്യമുള്ളതെന്തും ചോദിച്ചോളൂ."

"ശരി, അവളെ വധിക്കുന്ന കാര്യം ഞാനേറ്റു." കൊല്ലിനും കൊലയ്ക്കും മടിയില്ലാത്ത മന്ത്രവാദിനി പറഞ്ഞു.

മലയോരത്ത് എത്തുന്നതുവരെ അവൾ വിശ്രമിച്ചതുപോലുമില്ല. ഒരേ നടത്തം. നജ്മയുടെ വീട്ടിൽ ചെന്ന് അവൾ വാതിലിന് മുട്ടാൻ ശ്രമിച്ചു. പക്ഷേ, നായ അവളെ അടുക്കാൻ സമ്മതിച്ചില്ല. അത് അവളെ നോക്കി ഉരുണ്ടു. ഉറക്കെ കുരച്ചു. കുര കേട്ട് നജ്മ എത്തി. കിഴവിയെ കണ്ടപ്പോൾ അവൾ വിചാരിച്ചു. "ഏട്ടന്മാർ എപ്പോഴും പുറത്തായിരിക്കും. ഇതിനകത്ത് ഒറ്റയ്ക്കിരുന്ന് മടുത്തു. കിഴവികൂടെ ഉണ്ടെങ്കിൽ എന്തെങ്കിലും മിണ്ടിയും പറഞ്ഞും ഇരിക്കാമായിരുന്നു."

അവൾ കിഴവിയുടെ കൈപിടിച്ച് അകത്തേക്ക് ക്ഷണിച്ചതും, നായ അവരുടെ മേൽ ചാടിവീണു. പക്ഷേ, നജ്മ നായയെ തട്ടിമാറ്റി വൃദ്ധയേയും കൊണ്ട് അകത്തേക്ക് നടന്നു.

കിഴവി അവൾക്ക് രസകരമായ കഥകൾ പറഞ്ഞുകൊടുത്തു. ഒരാപ്പിൾ കൊടുത്തിട്ടു പറഞ്ഞു:

"തിന്നോളൂ. സ്വർഗത്തിലെ ആപ്പിളാണ്."

നജ്മ ആപ്പിൾ കടിക്കാൻ തുടങ്ങിയതും നായ ഓടിവന്ന് അവളുടെ കാല് നക്കാൻ തുടങ്ങി. അത് ഉറക്കെ മോങ്ങി. അവൾ ആപ്പിൾ തിന്നുന്നത് തടയാൻ കഴിയുന്നതും ശ്രമിച്ചു. നജ്മ അതൊന്നും ശ്രദ്ധിക്കാതെ ആപ്പിൾ കടിച്ചു. ഉടനെ മരിച്ചുവീഴുകയും ചെയ്തു.

നായ മന്ത്രവാദിനിയുടെ മേൽ ചാടിക്കയറി അവളെ കടിച്ചു നുറുക്കി. അതുകഴിഞ്ഞ് യജമാനന്മാരേയും കാത്ത് വാതിൽക്കൽ ഇരിപ്പായി.

സൂര്യൻ മറഞ്ഞപ്പോൾ ആങ്ങളമാർ എത്തി. നായ പതിവുപോലെ തങ്ങളെ സ്വീകരിക്കാൻ പടിക്കൽ എത്താഞ്ഞതുകണ്ട് ആങ്ങളമാർക്ക് വേവലാതിയായി. മൂത്താങ്ങള ചോദിച്ചു: "ഞങ്ങളുടെ കുഞ്ഞിപ്പെങ്ങൾക്ക് എന്തുപറ്റി? സുഖമില്ലേ?"

ഓടി അകത്തുചെന്നപ്പോൾ സഹോദരിക്ക് അനക്കമില്ല. കൈയിൽ പകുതി കടിച്ച ആപ്പിൾ. അടുത്തുതന്നെ ഒരു അജ്ഞാതയായ വൃദ്ധ മരിച്ചു കിടക്കുന്നു. അവർക്ക് കാര്യങ്ങളെല്ലാം മനസിലായി. പെങ്ങളെ കൊന്നതിനാണ് നായ മന്ത്രവാദിനിയെ കടിച്ചു കൊന്നത്. സഹോദരിയുടെ കൈയിലിരുന്ന ആപ്പിൾ അവർ നായയ്ക്കിട്ടുകൊടുത്തു. നായ അത് തൊട്ടില്ല. പിന്നീടവർ അത് ഒരു മുയലിനിട്ടുകൊടുത്തു. ആപ്പിൾ കടിച്ചതും മുയൽ ചത്തുവീണു.

അവർ കിഴവിയുടെ ശവം കൊല്ലിയിലേക്ക് വലിച്ചെറിഞ്ഞു.

അവർ കുന്നിനു മുകളിൽ വിലയേറിയ കല്ലുംമുത്തും പതിച്ച ഒരു ശവകുടീരം പണിതു. സഹോദരിയുടെ മൃതദേഹം വൈരക്കല്ലു പതിച്ച ശവപ്പെട്ടിയിലാക്കി ശവകുടീരത്തിനകത്ത് വെച്ചു. എന്നും രാവിലെ അവർ മലകയറി കുന്നിൻമുകളിലെത്തി സഹോദരിയുടെ ശവകുടീരത്തിനടുത്തിരുന്ന് എണ്ണിപ്പെറുക്കി കരയും.

മന്ത്രവാദിനിയുടെ തിരിച്ചുവരവും പ്രതീക്ഷിച്ച് ഹൈറുന്നീസ ഒരു പാടുകാലം കാത്തിരുന്നു. പക്ഷേ, മന്ത്രവാദിനി തിരിച്ചുവന്നില്ല. അവളുടെ ക്ഷമ നശിച്ചു. അവൾ വിലയേറിയ വസ്ത്രങ്ങൾ ധരിച്ച്, ഭംഗിയായി അണിഞ്ഞൊരുങ്ങി കണ്ണാടിയുടെ മുമ്പിൽച്ചെന്ന് ചോദിച്ചു:

"ഇനി പറയൂ, എന്നേക്കാൾ സുന്ദരി വേറെ ഉണ്ടോ?"

"ഇല്ല." കണ്ണാടി പറഞ്ഞു.

മന്ത്രവാദിനി നജ്മയെ കൊന്നതറിഞ്ഞ് ഹൈറുന്നീസയുടെ മനം കുളിർത്തു. അവൾ കൊഞ്ചിക്കുഴഞ്ഞുകൊണ്ട് ഭർത്താവായ അബൂത്വാലിബിനോട് ചോദിച്ചു: "എന്നേക്കാൾ സുന്ദരിയെ നിങ്ങൾ മറ്റെവിടെയെങ്കിലും കണ്ടിട്ടുണ്ടോ?"

“നീ സുന്ദരി തന്നെ. നിന്നേക്കാൾ സുന്ദരി ഈ ലോകത്തില്ല എന്നതും നേരാണ്. നിന്റെ സൗന്ദര്യത്തിനു ചേർന്ന ബുദ്ധികൂടി നിനക്ക് ഉണ്ടായിരുന്നെങ്കിൽ.” ത്വാലിബ് പറഞ്ഞു.

ഹൈറുന്നീസ ഉറക്കെ ചിരിച്ചു:

“ഹാഹാ ബുദ്ധി! ആർക്കുവേണം ബുദ്ധി. വിഡ്ഢിയായ മനുഷ്യാ ഇനി അങ്ങനെ പറഞ്ഞാൽ നിങ്ങളുടെ കണ്ണ് ഞാൻ ചൂഴ്ന്നെടുക്കും.”

“ഞാൻ തമാശ പറഞ്ഞതാണ്.” അബൂത്വാലിബ് പറഞ്ഞു. എന്നിട്ട യാൾ സങ്കടം സഹിക്കാനാവാതെ തേങ്ങി:

“എന്റെ പൊന്നുമോളേ, നജ്മാ നീ എവിടെയാണ്? നീ എത്ര സുന്ദ രിയായിരുന്നു! ബുദ്ധിമതിയായിരുന്നു!”

* * * * * * *

നജ്മയെ ചെന്നായ പിടിച്ച കഥ മുറാദ്ദ് വിശ്വസിച്ചില്ല. നജ്മ മരിച്ചെ ങ്കിൽ അതിന് ഉത്തരവാദി അവളുടെ രണ്ടാനമ്മതന്നെ ആയിരിക്കുമെന്ന് മുറാദ്ദ് ഉറച്ചു വിശ്വസിച്ചു. പക്ഷേ, തന്റെ സംശയം പ്രമാണിയായ അബൂ ത്വാലിബിനോട് പറയാൻ അവന് ധൈര്യം വന്നില്ല.

ദിവസങ്ങളും മാസങ്ങളും വർഷങ്ങളും കടന്നുപോയി. നജ്മയെ ക്കുറിച്ചുള്ള ഓർമകളുമായി മുറാദ്ദ് ജീവിതം തള്ളിനീക്കി. പലവിധ അന്വേ ഷണങ്ങളും അവൻ നടത്തിയിരുന്നു. അങ്ങനെയാണ് ഹൈറുന്നീസയുടെ ആരാധകനെപ്പറ്റി അറിയാനിടയായത്. അവൻ തോട്ടിയുമായി ഹൈറുന്നീ സയുടെ ആരാധകന്റെ വീട്ടിലെത്തി.

“നീ എവിടെവെച്ചാണ് നജ്മയെ കൊന്നത്?” അവൻ ചോദിച്ചു.

“ഞാനവളെ കൊന്നില്ല. കാട്ടിൽ ഉപേക്ഷിച്ച അവളെ ചെന്നായ പിടി ച്ചതാണ്.”

“അള്ളാഹുവിന്റെ പേരിൽ ഞാൻ സത്യം ചെയ്യുന്നു. ഉണ്ടായ തെല്ലാം തുറന്നു പറഞ്ഞില്ലെങ്കിൽ ഈ തോട്ടികൊണ്ട് നിന്റെ തല ഞാൻ അടിച്ചുപൊളിക്കും.”

“ആ തോട്ടി താഴ്ത്തൂ. ഞാൻ എല്ലാം പറയാം.” അയാൾ പറഞ്ഞു.

“എങ്കിൽ പറ.”

“നജ്മയെ കൊല്ലാനായിരുന്നു ഹൈറുന്നീസയുടെ ആജ്ഞ. പക്ഷേ, ആ നിഷ്കളങ്കമായ മുഖം കണ്ടപ്പോൾ എനിക്കവളെ കൊല്ലാൻ കഴി ഞ്ഞില്ല. നല്ല ഉറക്കമായിരുന്ന അവളെ കാട്ടിൽ ഉപേക്ഷിച്ച് ഞാൻ പോന്നു. പിന്നീട് എന്തുണ്ടായി എന്ന് എനിക്കറിയില്ല.”

നജ്മ മരിച്ചില്ലെന്നറിഞ്ഞപ്പോൾ മുറാദ്ദിന് സന്തോഷമായി. അവൻ തന്റെ കൂട്ടുകാരോടും മറ്റ് ഇടയന്മാരോടും പറഞ്ഞു:

“ഞാനൊരു ദീർഘയാത്രയ്ക്ക് പുറപ്പെടുകയാണ്. എന്റെ ആട്ടിൻ പറ്റത്തെ നോക്കിക്കോളണം.”

അവൻ പലപല നാടുകളിലും ചെന്ന് നജ്മയെ തിരക്കി. അവർക്കാർ ക്കും അവളെക്കുറിച്ച് ഒന്നും അറിയില്ലായിരുന്നു. അവസാനം അവൻ

ഇരുളടഞ്ഞ ഒരു ഗുഹയിലെത്തി. അവിടെ വെള്ളത്താടിക്കാരനായ ഒരു വയസ്സൻ താമസിച്ചിരുന്നു. മുറാദ്ദ് വയസ്സനോട് തന്റെ കഥ പറഞ്ഞു.

കഥ മുഴുവൻ കേട്ടിട്ട് വൃദ്ധൻ പറഞ്ഞു:

"മോനേ മുറാദ്ദേ, നീ സൂര്യനെ ചെന്നുകാണ്. മൂപ്പർ വെളിച്ചം പകരാനായി ഭൂമിയുടെ മുക്കിലും മൂലയിലും എത്താറുണ്ട്. അദ്ദേഹം തീർച്ചയായും നിന്നെ സഹായിക്കും."

"പക്ഷേ, ഞാനെങ്ങനെയാ സൂര്യനോട് ഇക്കാര്യം തിരക്കുന്നത്? അദ്ദേഹം അങ്ങ് ആകാശത്തിലല്ലേ? ഞാനിങ്ങ് ഭൂമിയിലും."

"മൂപ്പർ പകൽ സഞ്ചാരത്തിലായിരിക്കും. പക്ഷേ, രാത്രിയാകുമ്പോൾ വീട്ടിലുണ്ടാകും. വീട്ടിൽ ചെന്നാൽ മതി."

"എവിടെയാ സൂര്യന്റെ വീട്?"

"അങ്ങ് സ്വർണമലയുടെ അടിവാരത്തിൽ ഒരു പൂന്തോട്ടമുണ്ട്. അവിടെച്ചെന്ന് നീ പറയണം. അല്ലയോ രാജാധിരാജനായ സൂര്യദേവാ, അങ്ങു കൈവെടിയില്ലെന്ന ഉറപ്പിലാണ് ഞാനിവിടെ എത്തിയിരിക്കുന്നത്. എന്നെ സഹായിക്കണം. അപ്പോൾ സൂര്യൻ തീർച്ചയായും വിളി കേൾക്കും."

മുറാദ്ദ് വൃദ്ധന് നന്ദിപറഞ്ഞിട്ട് സ്വർണമലയടിവാരത്തിലെ പൂന്തോട്ടം തേടി പുറപ്പെട്ടു. മൂന്നുമാസം അവൻ നടന്നു. അവസാനം അവൻ സുവർണമല കണ്ടു. അവൻ ഏറെ പ്രയാസപ്പെട്ട് മലയുടെ ഉച്ചിയിലെത്തി. അവിടന്ന് താഴോട്ടു നോക്കാൻ എന്താ ഭംഗി! പലതരത്തിലുള്ള മരങ്ങൾ തിങ്ങിനിറഞ്ഞ തോട്. വായുവിന് നിശാഗന്ധിയുടേയും പനിനീർപ്പൂവിന്റേയും പരിമളം. ഏഴഴകും നിറഞ്ഞ സ്വർഗം തന്നെയായിരുന്നു അവിടം.

"അല്ലയോ രാജാധിരാജനായ സൂര്യദേവാ, ലോകനായകാ, ഞാൻ അങ്ങയെത്തേടി എത്തിയിരിക്കുകയാണ്. എന്നെ ഉപേക്ഷിക്കരുത്."

മുറാദ്ദ് വിനയപൂർവം വിളിച്ചു.

പെട്ടെന്ന് ആകാശം വർണാഭമായി. അതിനിടയിൽ നിന്ന് സൂര്യൻ വിളിച്ചുചോദിച്ചു.

'ഹേയ് മുറാദ്ദ്. എന്താ നിന്റെ പരാതി?"

"മഹാദേവാ, എന്റെ പ്രിയ നജ്മ അപ്രത്യക്ഷയായിട്ട് ഇന്നേക്ക് ഏഴു വർഷമായി. അവളെ എനിക്ക് മടക്കിക്കിട്ടണം. അങ്ങുമാത്രമാണ് എനിക്ക് ശരണം."

"എനിക്കതിനെക്കുറിച്ച് ഒന്നും അറിയില്ലല്ലോ. ഒരുപക്ഷേ, ചന്ദ്രന് അറിയാമായിരിക്കും."

"അദ്ദേഹം എവിടെയാ താമസിക്കുന്നത്?"

"ഈ തോട്ടത്തിൽക്കൂടി ഏഴു പകലും ഏഴു രാവും നടക്കണം. അപ്പോൾ ഒരു വെള്ളമല കാണും. മലയുടെ മുകളിൽ കയറി എന്നെ വിളിച്ചതുപോലെ വിളിക്കണം. അദ്ദേഹം നിന്റെ പ്രിയയെക്കുറിച്ച് പറഞ്ഞുതരും. ലോകത്തുള്ള സർവമാന സുന്ദരവസ്തുക്കളുടേയും നാഥനാണ് ചന്ദ്രൻ."

മുറാദ്ദ് സൂര്യന് നന്ദിപറഞ്ഞ് വീണ്ടും പുറപ്പെട്ടു. ഏഴാംദിവസം വെള്ളിമലയിലെത്തി. മലമുകളിൽ കയറി അവൻ ഉറക്കെ പ്രാർഥിച്ചു:

"സർവസുന്ദരവസ്തുക്കളുടെയും നാഥാ, മഹാരാജാവേ, എന്നോട് കരുണ കാണിച്ചാലും. ഈ ദാസൻ ഒരു അപേക്ഷയുമായി വന്നിരിക്കുകയാണ്. കൈവെടിയരുത്."

കരിമുകിലുകളുടെ മറനീക്കി ചന്ദ്രൻ പുറത്തെത്തി.

"എന്താണ് നിന്റെ അപേക്ഷ?" ചന്ദ്രൻ ചോദിച്ചു.

"എന്റെ കരളിന്റെ കരളായ നജ്മയെ കാണാതായിട്ട് വർഷങ്ങൾ ഏഴായി. അവളെ എനിക്ക് മടക്കിക്കിട്ടാൻ അങ്ങ് സഹായിക്കണം."

"എനിക്കവളെക്കുറിച്ച് ഒരു വിവരവുമില്ല. നീ കാറ്റിനോട് ചെന്ന് ചോദിക്ക്. മൂപ്പരാണല്ലോ രാവെന്നും പകലെന്നുമില്ലാതെ നാടുചുറ്റി നടക്കുന്നത്. അദ്ദേഹത്തിന് തീർച്ചയായും നിന്നെ സഹായിക്കാൻ കഴിയും."

"കാറ്റിനെ കാണാൻ ഞാൻ എവിടെ പോണം?"

"ഈ തോട്ടത്തിൽക്കൂടി മൂന്നു പകലും മൂന്നു രാവും നടന്നാൽ ഒരു വലിയ പാറ കാണാം. ആ പാറപ്പുറത്ത് കയറിനിന്ന് എന്നെ വിളിച്ചതുപോലെ വിളിക്കണം. എന്നിട്ട് നിന്റെ ആവശ്യം അറിയിക്കണം."

ചന്ദ്രന് നന്ദി പറഞ്ഞിട്ട് മുറാദ്ദ് വീണ്ടും യാത്ര തുടർന്നു. മൂന്നാം ദിവസം ചന്ദ്രൻ പറഞ്ഞ പാറയിലെത്തി. പാറപ്പുറത്ത് കയറി മുറാദ്ദ് ഉറക്കെ വിളിച്ചു.

"മഹാരാജൻ, കരുണ തേടിയെത്തിയ ഈ ആശ്രിതനോട് കനിവുണ്ടാകണം."

പെട്ടെന്ന് പരിസരം കിടിലം കൊള്ളിച്ചുകൊണ്ട് കാറ്റെത്തി.

"എന്താ നിനക്ക് വേണ്ടത്?" കാറ്റ് ചോദിച്ചു.

മുറാദ്ദ് നജ്മയുടെ കാര്യം പറഞ്ഞു.

കാറ്റു പറഞ്ഞു: "നിന്റെ പ്രിയപ്പെട്ട നജ്മ വൈരക്കല്ലു പതിച്ച ശവപ്പെട്ടിയിൽ ഉറങ്ങുകയാണ്. മുത്തും പവിഴവും പതിച്ച ശവക്കല്ലറയ്ക്കുള്ളിലാണ് പെട്ടി."

മുറാദ്ദ് കാറ്റിന് നന്ദി പറഞ്ഞിട്ട് നജ്മയുടെ ശവകുടീരം തേടി പുറപ്പെട്ടു. എത്രനാളുകൾ നടന്നോ എന്തോ. പെട്ടെന്ന് അവിടമാകെ ഇരുട്ടു പരന്നു. ഇടിമുഴങ്ങി. മിന്നൽപ്പിണരുകളുണ്ടാക്കി ഭൂമി കുലുങ്ങി. ആ ഇരുളിൽനിന്ന് ഏഴു ഭൂതങ്ങൾ ഇറങ്ങിവന്നു.

മുറാദ്ദിനെ കണ്ടതും അവർ ചുറ്റും നിന്ന് അവനെ ഉപദ്രവിക്കാൻ തുടങ്ങി.

അവൻ തോട്ടി ചുഴറ്റി ഭൂതങ്ങളെ താഴെ വീഴ്ത്തി. ചിലർ മരിച്ചു. എതിരാളി ശക്തനാണെന്ന് കണ്ട്, മറ്റുള്ളവർ പിന്തിരിഞ്ഞ് ഓടാൻ തുടങ്ങി. മുറാദ്ദ് അവരിലൊരുത്തന്റെ വാലിനു കയറിപ്പിടിച്ചു.

"അയ്യോ, എന്നെ കൊല്ലരുത്. നിന്റെ ഏതാവശ്യവും ഞാൻ സാധിപ്പിച്ചുതരാം." ഭൂതം അപേക്ഷിച്ചു.

"മുത്തും പവിഴവും പതിച്ച ശവകുടീരമുള്ള കുന്നിൽ എന്നെ എത്തിക്കണം. എങ്കിൽ നിന്നെ ഞാൻ വെറുതെവിടാം."

ഭൂതം ഉടൻ മുറാദ്ദിനേയും കൊണ്ടു പറന്നുയർന്നു. ഏഴുനിമിഷം കൊണ്ട് അവർ ശവകുടീരത്തിലെത്തി.

"ഇനി നിനക്കു പോകാം." മുറാദ്ദ് പറഞ്ഞു.

ഭൂതം അപ്രത്യക്ഷനായി. മുറാദ്ദ് കല്ലറ തുറന്നപ്പോൾ ശരീരം തണുത്ത് മരവിച്ചിരുന്നു.

മുറാദ്ദിന് സഹിക്കാനായില്ല. അവൻ തല പാറയിലിടിച്ച് കരയാൻ തുടങ്ങി. അവന് മരിക്കണം. എന്നിട്ട് നജ്മയുടെ കല്ലറയിൽ തന്നെ അടങ്ങണം. അവൻ തല വീണ്ടും വീണ്ടും പാറയിലിടിച്ചു. അപ്പോഴേക്കും നജ്മയുടെ ആങ്ങളമാർ എത്തി. തലതല്ലിക്കരയുന്ന ചെറുപ്പക്കാരനെ ക്കണ്ട് അവർ ആകെ അമ്പരന്നു. അവർ പലതും പറഞ്ഞ് അവനെ ആശ്വസിപ്പിച്ചു. അവന്റെ കരച്ചിൽ തെല്ലൊന്ന് അടങ്ങിയപ്പോൾ മൂത്താങ്ങള ചോദിച്ചു:

"ആരാ നീ?"

അവൻ കഥയെല്ലാം അവരെ പറഞ്ഞുകേൾപ്പിച്ചു. എന്നിട്ട് ചോദിച്ചു: "നജ്മ മരിച്ചിട്ട് എത്ര വർഷമായി?"

"ഇന്നേക്ക് മൂന്നുകൊല്ലം തികഞ്ഞു. പക്ഷേ, അവളുടെ ശരീരം ഇന്നും അഴുകിയിട്ടില്ല. അവൾ ഉറങ്ങുകയാണെന്നു തോന്നുന്നു." സഹോദരന്മാർ പറഞ്ഞു.

"ഞാനവളെ ജീവിപ്പിക്കും." മുറാദ്ദ് കരഞ്ഞു.

"ആവാത്തതൊന്നും ഓർത്ത് തലപുണ്ണാക്കണ്ട. നീ ഞങ്ങളുടെ എട്ടാമത്തെ സഹോദരനായി ഞങ്ങളുടെ കൂടെ കഴിഞ്ഞോളൂ."

"ഇല്ല. എനിക്കു പോണം. എനിക്കു വേണ്ടി ഏഴുകൊല്ലം കാത്തിരിക്കണം. ഞാൻ തിരിച്ചുവന്നില്ലെങ്കിൽ ഞാൻ മരിച്ചെന്ന് കൂട്ടിക്കോളൂ."

പിറ്റേദിവസം മുറാദ്ദ് യാത്രപറഞ്ഞ് പിരിഞ്ഞു. യാത്രപുറപ്പെടുന്നതിനു മുമ്പ് അവൻ ഒരിക്കൽക്കൂടി കല്ലറയിലെത്തി. അവൻ കരഞ്ഞുകൊണ്ട് പറഞ്ഞു:

"എന്റെ പ്രിയമുള്ള നജ്മ, തൽക്കാലം ഞാൻ പോകുന്നു. ഞാൻ വീണ്ടും വരും. നിനക്ക് ജീവൻ തരാൻ കഴിഞ്ഞില്ലെങ്കിൽ ഞാനും നിന്റെ കല്ലറയിൽ അടങ്ങും."

അവളുടെ നെറ്റിയിൽ ഉമ്മവെച്ച് അവൻ ശവപ്പെട്ടി അടച്ചു. തിരിച്ചു പോകുന്ന വഴിക്ക് അവനെ ശവക്കല്ലറയിലെത്തിച്ച ഭൂതത്തെ വീണ്ടും കാണാനിടയായി.

"ഹേ ധീരനായ യുവാവേ, എങ്ങോട്ടേക്കാ യാത്ര?"

"ഭൂതത്താനെ എന്നെ ഒന്ന് കാറ്റ് താമസിക്കുന്ന മലയിലെത്തിക്കാമോ?" അവൻ യാചിച്ചു.

"പിന്നെന്താ? എന്റെ പുറത്തു കയറിക്കോളൂ." ഭൂതം പറഞ്ഞു.

ഭൂതം അവനെ കാറ്റ് താമസിക്കുന്ന മലയിലെത്തിച്ചു. അവൻ മല മുകളിൽ കയറി ഉറക്കെ വിളിച്ചു.

"വായുദേവാ, മുഖം കാണിച്ചാലും എനിക്കൊരപേക്ഷയുണ്ട്."

നാടുകുലുക്കിക്കൊണ്ട് കാറ്റെത്തി.

"എന്താ നിന്റെ അപേക്ഷ?"

"എന്റെ പ്രിയപ്പെട്ട നജ്മ മൂന്നുവർഷമായി ഒരു ശവപ്പെട്ടിയിൽ ചല നമറ്റ് കിടക്കുന്നു. അവൾ മരിച്ചിട്ടില്ല. ഉറങ്ങുകയാണ്. ഈ പ്രശ്നത്തിന് പരിഹാരം കാണിച്ചുതരൂ."

"എനിക്ക് പരിഹരിക്കാനാവാത്ത പ്രശ്നമാണിത്. നീ ചന്ദ്രനെ ചെന്നൊന്ന് കാണൂ."

അവനോട് ദയതോന്നിയ വായുദേവൻ ഒരു കാളയെ വിളിച്ചിട്ട് പറഞ്ഞു:

"ഇവനെ ഒന്ന് ചന്ദ്രന്റെ താമസസ്ഥലമായ വെള്ളിമലയിൽ എത്തിക്കൂ."

മുറാദ്ദ് പുറത്തുകയറിയതും കാള പറന്നു. നിമിഷങ്ങൾക്കകം അവർ വെള്ളിമലയിലെത്തി.

അവൻ മലമുകളിൽ കയറിനിന്ന് യാചിച്ചു.

"ദയാമയനായ ചന്ദ്രദേവാ, എന്റെ വിളി കേൾക്കൂ. എനിക്കൊരു സങ്കടമുണർത്തിക്കാനുണ്ട്."

"എന്താ നിന്റെ സങ്കടം?" ചന്ദ്രൻ ചോദിച്ചു.

"എന്റെ നജ്മ മൂന്നു കൊല്ലമായി ശവപ്പെട്ടിക്കകത്ത് ഉറങ്ങുന്നു. അവളെ ഉണർത്താനുള്ള വഴി പറഞ്ഞുതരൂ."

"എനിക്കതിനാവില്ലല്ലോ. നീ സൂര്യനെ ചെന്നുകാണൂ." ചന്ദ്രൻ പറഞ്ഞു.

മുറാദ്ദ് കരഞ്ഞുകൊണ്ട് സൂര്യനെത്തേടി പുറപ്പെട്ടു. വഴിയിൽ അവ നൊരു സിംഹത്തെ കണ്ടു.

"നീ എന്തിനാ കരയുന്നത്?" സിംഹം ചോദിച്ചു.

അവൻ തന്റെ സങ്കടം സിംഹത്തിനോട് പറഞ്ഞു. കഥകേട്ട് സിംഹം ചോദിച്ചു:

"നീ ഇപ്പോൾ എങ്ങോട്ടാ പോണത്?"

"സൂര്യന്റെ അടുത്തേക്ക്." മുറാദ്ദ് പറഞ്ഞു.

"കരയേണ്ട കേട്ടോ. എന്റെ പുറത്തുകയറി ഇരിക്ക്. ഞാൻ നിന്നെ സ്വർണമലയിൽ എത്തിക്കാം." സിംഹം അവനെ ആശ്വസിപ്പിച്ചു.

സിംഹം അവനേയും പുറത്തിരുത്തി സ്വർണമലയിലെത്തി. കണ്ണു ചിമ്മിത്തുറക്കുന്നതിന് മുമ്പ് അവർ സ്വർണമലയിലെത്തി. അവൻ മല മുകളിൽ കയറി സൂര്യനെ വിളിച്ചു കരഞ്ഞു:

"ഹേ ദേവാ, എന്റെ സങ്കടത്തിന് പരിഹാരം കാണിച്ചുതരൂ."

"എന്താ നിന്റെ സങ്കടം?" സൂര്യൻ ചോദിച്ചു.

മുറാദ്ദ് നജ്മയുടെ കഥ സൂര്യനോട് പറഞ്ഞു.

"നജ്മ ജീവിച്ചിരുന്ന കാലത്ത് അവളുടെ മോഹങ്ങളൊന്നും സഫലമായില്ല. സ്നേഹിക്കപ്പെടാനും, സുഖമായി ജീവിക്കാനും അവൾ കൊതിച്ചിരുന്നു. അതുകൊണ്ടാണ് അവൾ മരിച്ചിട്ടും മരിക്കാതെ കിടക്കുന്നത്." സൂര്യൻ പറഞ്ഞു.

"ബുദ്ധിമാന്മാരിൽ ബുദ്ധിമാനായ ദേവാ, എന്റെ നജ്മയെ ഉണർത്തിത്തരൂ. എന്റെ പ്രിയപ്പെട്ടവളെ എനിക്ക് തിരിച്ചുതരൂ." മുറാദ്ദ് ഏങ്ങലടിച്ചു.

അവന്റെ അവസ്ഥകണ്ട് മനമലിഞ്ഞു സൂര്യൻ പറഞ്ഞു:

"നീ വിഷമിക്കേണ്ട. കല്ലറയിലേക്ക് തിരിച്ചു പൊയ്ക്കോളൂ. നിന്റെ ആശ തീർച്ചയായും സഫലമാകും."

മുറാദ്ദ് സൂര്യനെ വന്ദിച്ച് മടക്കയാത്ര ആരംഭിച്ചു. നാൽപ്പത് രാവും നാൽപ്പത് പകലും അവൻ തുടർച്ചയായി നടന്നു. അവൻ ഇരുണ്ട വനത്തിലെ ഭൂതത്താൻകെട്ടിലെത്തി.

"എന്തുവേണമെങ്കിലും കൽപ്പിച്ചോളൂ." ഭൂതം പറഞ്ഞു.

"എന്നെ കുന്നിൻമുകളിലെ ശവകുടീരത്തിലെത്തിച്ചു തരൂ." മുറാദ്ദ് പറഞ്ഞു.

ഭൂതം അവനേയും പുറത്തിരുത്തി പറന്നുയർന്നു. അവർ ശവകുടീരത്തിലെത്തി. മുറാദ്ദ് ഭൂതത്തിന് നന്ദി പറഞ്ഞു.

"നീ എന്നെ മൂന്നുതവണ സഹായിച്ചു. ഞാനത് മറക്കില്ല. നീ എന്റെ സഹോദരനാണ്." മുറാദ്ദ് ഭൂതത്തെ ആലിംഗനം ചെയ്തുകൊണ്ട് പറഞ്ഞു.

മുറാദ്ദ് ശവകുടീരത്തിൽ നിന്ന് ശവപ്പെട്ടി പുറത്തെടുത്തു. നജ്മയുടെ മുഖം മൂടിയിരുന്ന തുണി മാറ്റി. ആ നിമിഷത്തിൽ സൂര്യൻ അവിടെ പ്രത്യക്ഷപ്പെട്ടു. സൂര്യന്റെ പ്രകാശരശ്മിയേറ്റ് ശവകുടീരത്തിൽ പതിച്ച കല്ലുകൾ വെട്ടിത്തിളങ്ങി. ആ ശോഭ നജ്മയുടെ പുറത്തുതട്ടി. അവൾ പതുക്കെ കണ്ണു തുറന്നു.

"അയ്യോ, ഒരുപാടുറങ്ങിപ്പോയി. എന്റെ ആങ്ങളമാർ പണികഴിഞ്ഞ് ഇപ്പോൾ തിരിച്ചെത്തും. ചോറൊന്നും കാലമായില്ല."

ശവപ്പെട്ടിയിൽ നിന്ന് പുറത്തിറങ്ങിയപ്പോഴാണ് അവൾ മുറാദ്ദിനെ കണ്ടത്. അവൾ അത്ഭുതത്തോടെ ചോദിച്ചു:

"അല്ലാ, നിങ്ങളെങ്ങനെ ഇവിടെയെത്തി?"

മുറാദ്ദ് നടന്നതെല്ലാം അവളെ പറഞ്ഞുകേൾപ്പിച്ചു. അവൾ പറഞ്ഞു.

"നിങ്ങൾ ആള് കേമൻതന്നെ. നിങ്ങൾ എന്നെ ജീവനുതുല്യം സ്നേഹിക്കുന്നുണ്ടെന്ന് തെളിയിച്ചിരിക്കുന്നു. നിങ്ങളുടെ ഭാര്യയാവുന്നതിൽ എനിക്ക് സന്തോഷമേയുള്ളൂ."

അപ്പോഴേക്കും അവളുടെ ആങ്ങളമാർ എത്തി. പെങ്ങൾ എണീറ്റിരുന്ന് സംസാരിക്കുന്നത് കണ്ടപ്പോൾ അവർ സന്തോഷംകൊണ്ട് തുള്ളിച്ചാടി.

അവൾ സഹോദരന്മാരെ ഓരോരുത്തരെയായി വന്ദിച്ചിട്ട് പറഞ്ഞു:

"ഈ യുവാവ് എനിക്ക് വീണ്ടും ഒരു ജീവിതം തന്നിരിക്കുന്നു."

ആങ്ങളമാർ മുറാദ്ദിന് നന്ദിപറഞ്ഞിട്ട് അവനേയും കൂട്ടി വീട്ടിലേക്ക് നടന്നു.

അവർ പെങ്ങളുടെ വിവാഹം ആർഭാടത്തോടെ നടത്തി.

ഹൈറുന്നീസ ഏത് നേരവും കണ്ണാടിയുടെ മുമ്പിലാണ്. അണിഞ്ഞൊരുങ്ങുക, കണ്ണാടിയിൽ നോക്കി സ്വന്തം സൗന്ദര്യം ആസ്വദിക്കുക—ഇതാണവളുടെ കാര്യമായ പണി. ഇടയ്ക്കിടെ അവൾ കണ്ണാടിയോട് ചോദിക്കും:

"ഞാനല്ലേ ഈ ലോകത്തിലും വെച്ച് ഏറ്റവും സുന്ദരി?"

"അല്ല." ഒരിക്കൽ കണ്ണാടി പറഞ്ഞു.

"പിന്നാരാ?" ഹൈറുന്നീസ അരിശംകൊണ്ട് പല്ലുകടിച്ചു.

"നജ്മയാണോ?" അവൾ അലറി.

"അതേ" കണ്ണാടി പറഞ്ഞതുകേട്ട് അവൾ കലിതുള്ളി. ഉടൻ സേവകനെ വിളിച്ച് കൽപ്പിച്ചു:

"ഉടൻ ചെന്ന് നജ്മയെപ്പറ്റിയുള്ള വിവരങ്ങൾ അന്വേഷിച്ച് വാ."

കേട്ടതും അവൻ യാത്ര തിരിച്ചു. ശവകുടീരം സ്ഥിതിചെയ്യുന്ന സ്ഥലത്തെത്തി. "സുന്ദരിയായ നജ്മ ഇവിടെ ഉറങ്ങുന്നു." ശവക്കല്ലറയിൽ കൊത്തിയത് അവൻ വായിച്ചു. അപ്പോൾ അവിടെ ഒരു സന്യാസി എത്തി.

"ആരാ ഈ സുന്ദരമായ ശവക്കല്ലറ പണിതത്?" അവൻ സന്യാസിയോട് ചോദിച്ചു.

"നജ്മയുടെ ആങ്ങളമാർ. പക്ഷേ മൂന്നാംവർഷം അവൾ ഉയിർത്തെഴുന്നേറ്റു. ഇപ്പോൾ ആങ്ങളമാരുടെ വീട്ടിലുണ്ട്."

സന്യാസി പറഞ്ഞതെല്ലാം സേവകൻ യജമാനത്തിയെ അറിയിച്ചു. ഹൈറുന്നീസ തന്റെ സേവകരെ വിളിച്ചിട്ടു പറഞ്ഞു:

"നജ്മയെ കൊല്ലുന്നവർക്ക് അവളുടെ തൂക്കത്തിൽ പൊന്നു കൊടുക്കും."

"ഞാൻ കൊല്ലാം അവളെ." ആർത്തിയോടെ ഒരുത്തൻ പറഞ്ഞു. അവൻ നജ്മയുടെ ആങ്ങളമാരുടെ വീട്ടിൽ ചെന്നിട്ട് പറഞ്ഞു: "എനിക്ക് ഉറ്റവരും ഉടയവരുമില്ല. എന്നെ സഹായിക്കണം."

അവനെ കണ്ടതും നജ്മയ്ക്ക് ആളെ പിടികിട്ടി. ഇളയമ്മയുടെ സേവകനാണവൻ.

"അള്ളാഹുവേ, ഈ ദുഷ്ടൻ എന്നെ ചതിക്കാൻ വന്നിരിക്കയാണെന്ന് തോന്നുന്നു." അവൾ പറഞ്ഞു.

അതുകേട്ടതും അവൻ അവളെ കൊല്ലാനൊരുങ്ങി. അപ്പോഴേക്കും ആങ്ങളമാർ അവനെ വെട്ടിനുറുക്കി. അവൾ ആങ്ങളമാരോടും ഭർത്താവിനോടുമൊന്നിച്ച് സുഖമായി കഴിഞ്ഞു.

ഒരിക്കൽ അവൾ പറഞ്ഞു:

"എനിക്ക് ബാപ്പയെ ഒന്നു കാണാൻ ഏറെ മോഹമുണ്ട്. നമുക്ക് എല്ലാവർക്കുംകൂടി ഒന്നിച്ച് നാട്ടിൽച്ചെന്ന് ബാപ്പയെ കണ്ടിട്ട് ഉടനെ തിരിച്ചു പോരാം."

മുറാദ്ദും സഹോദരന്മാരും സന്തോഷത്തോടെ സമ്മതിച്ചു.

അവർ നജ്മയെ സ്വർണംകൊണ്ടുള്ള മഞ്ചലിലിരുത്തി മഞ്ചൽ ചുമന്ന സേവകർ മുന്നിൽ, പിന്നാലെ അവരും കുതിരപ്പുറത്തു കയറി ഖ്വാജാ അബൂത്വാലിബിനെ കാണാൻ പുറപ്പെട്ടു.

തന്റെ സേവകനെ കാണാതെ ഹൈറുന്നീസ എരിപൊരി സഞ്ചാരം കൊണ്ടു. "പറയൂ. ഞാനല്ലേ ലോകൈക സുന്ദരി?"

"അല്ല." കണ്ണാടി പറയും.

കലി അടക്കാൻ കഴിയാതെ അവൾ കണ്ണാടി എറിഞ്ഞുടച്ച് കണ്ണാടി തുണ്ടംതുണ്ടമായി ചിന്നിച്ചിതറി. "അല്ല അല്ല" ചിന്നിച്ചിതറിയ കണ്ണാടി ക്കഷണങ്ങൾ പറഞ്ഞുകൊണ്ടിരുന്നു.

ഹൈറുന്നീസ തന്റെ ചെവി പൊത്തിപ്പിടിച്ചുകൊണ്ട് പുറത്തേ ക്കോടി. പടിക്കലെത്തിയതും നജ്മയും പരിവാരങ്ങളും വരുന്നതുകണ്ട് അവൾ അന്തംവിട്ടു. നജ്മയുടെ കണ്ണിൽ നോക്കിയതും ഇളയമ്മ അല മുറയിട്ടുകൊണ്ട് താഴെവീണു. പെട്ടെന്ന് അവൾ പ്രേതമായി ആകാശ ത്തേക്ക് പറന്നുയർന്നു.

മകൾ വന്ന വിവരമറിഞ്ഞ് അബൂത്വാലിബ് ഓടിയെത്തി. അയാൾ തന്റെ പുന്നാരമകളെ കെട്ടിപ്പിടിച്ച് തെരുതെരെ ഉമ്മവെച്ചു.

"ഇവരെന്റെ ആങ്ങളമാരാ. അതെന്റെ ഭർത്താവും." നജ്മ അവരെ ബാപ്പയ്ക്ക് പരിചയപ്പെടുത്തി.

അദ്ദേഹം അവരേയും ആദരപൂർവം സ്വീകരിച്ചു.

തന്റെ ഭാര്യയുടെ മൃതദേഹം അപ്പോഴാണയാൾ കണ്ടത്.

"ബാപ്പ അവരെ ഓർത്ത് ദുഃഖിക്കേണ്ട. ദുഷ്ടകളുടെ അന്ത്യം അങ്ങനെയാണ്." നജ്മ ബാപ്പയെ ആശ്വസിപ്പിച്ചു.

ഹൈറുന്നീസയുടെ മൃതദേഹം അന്നുതന്നെ ഖബറടക്കി. "എന്നേ ക്കാൾ സുന്ദരി വേറെയുണ്ടോ? അറിയാൻ എനിക്ക് ആഗ്രഹമുണ്ട്."

നജ്മ ഇളയമ്മയുടെ ശവക്കല്ലറയിൽ ഇങ്ങനെ കൊത്തിയിരുന്നു.

നജ്മയും മുറാദ്ദും ഹൈറുന്നിസയെപ്പറ്റി പറഞ്ഞ കഥകൾ കേട്ട് അബൂത്വാലിബ് വിറങ്ങലിച്ചു. അയാൾ ശപിച്ചു:

"നീ എന്നും നരകത്തിൽ കിടന്ന് തീ തിന്നും."